అభ్యుదయ శిష్యులకు శిక్షణ

అభ్యుదయ శిష్యులకు శిక్షణ

చిన్న బృందాలుగా శిష్యులతయారీ, గృహదేవాలయాలు, చర్చిల ఏర్పాటు ఉద్యమాలకు దారితీసే స్వల్పకాలిక ప్రచారకూటముల పర్యటనలకో దోహదం చేసే పుస్తకం.

రచయిత: డేనియల్ బి.లాన్ కాస్టర్, పిహెచ్ డి.,

ప్రచురణ: టి4టి ప్రెస్,

తొలి ముద్రణ: 2011

ఐఎస్ బిఎన్ I 978-1-938920-37-0 ముద్రణ

లైబ్రరీ ఆఫ్ కాంగ్రెస్ క్యాటలాగింగ్-ఇన్-పబ్లికేషన్ డేటా

లాన్కాస్టర్, డేనియల్.బి.

అభ్యుదయ శిష్యులకు శిక్షణ: చిన్న బృందాలుగా శిష్యుల తయారీ, గృహ దేవాలయాలు, చర్చిల ఏర్పాటు ఉద్యమాలకు దారితీసే స్వల్పకాలిక ప్రచారకూటముల పర్యటనలకో దోహదం చేసే పుస్తకం./ డేనియల్ బి. లాన్కాస్టర్.

ఉపయుక్త గ్రంథ సూచీలతో సహా.

ISBN 978-1-938920-37-0

1. యేసు అనుసరణ శిక్షణ: ప్రాథమిక శిష్యరికం-అమెరికా సంయుక్త రాష్ట్రాలు. 1. శీర్షిక.

ఇందలి విషయాలు

1

స్వాగతం

శిక్షకులు, నేర్చుకునేవారు పరిచయం చేసుకోవడంద్వారా శిక్షణ తరగతులను లేదా సదస్సును స్వాగతంతో ప్రారంభించాలి. ఇక్కడ పేర్కొన్న విధంగా యేసుకు చెందిన ఎనిమిది బొమ్మలను - సైనికుడు, అన్వేషకుడు, గొర్రెల కాపరి, విత్తులు నాటేవాడు, కుమారుడు, పరిశుద్ధుడైన వ్యక్తి, సేవకుడు, కార్యదక్షుడు. – వాటికి సరిపోయే చేతికదలికలను జతచేసి నేర్చుకునేవారికి శిక్షకులు పరిచయం చేయాలి. ఎందుకంటే వ్యక్తులు వినడం. చూడడం, చేయడంద్వారా నేర్చుకుంటారు. కాబట్టి యేసును అనుసరించే శిక్షణ ప్రతి తరగతిలోను ఈ నేర్చుకునే శైలుల్లో ప్రతి ఒక్కదానితో కలిసి వుంటుంది.

పరిశుద్ధాత్మ మన అధ్యాపకుడని పరిశుద్ధ గ్రంథం చెప్పింది.శిక్షణపొడవునా ఆత్మపై ఆధారపడి నేర్చుకునేవారు ప్రోత్సాహం పొందుతారు. శిక్షకులకు, నేర్చుకునేవారికి మధ్య అత్యంత విశ్రాంతితో కూడిన వాతావరణాన్ని కల్పించేందుకు, యేసుతో శిక్షకులు ఆనందించే ఒక విధమైన ఏర్పాటు కింద ఒక "టీ దుకాణం" ఏర్పాటు చేయడంద్వారా కార్యక్రమాన్ని ముగించాలి.

స్తుతించడం

ప్రారంభం

శిక్షకులని పరిచయం చేయడం

అభ్యాసకుల పరిచయం

యేసు పరిచయం

పరిశుద్ధ గ్రంథంలోగల యేసుకు చెందిన ఎనిమిది చిత్రాలు

సైనికుడు
కత్తి పైకెత్తాలి.

అన్వేషకుడు
కళ్ళకుపైన చేతులు వుంచి వెనక్కు, ముందుకు చూడాలి.

గొర్రెల కాపరి
మీరు ప్రజలను దగ్గరకి తీసుకుంటున్నట్టు మీ శరీరంవైపుకి చేతులను కదపాలి.

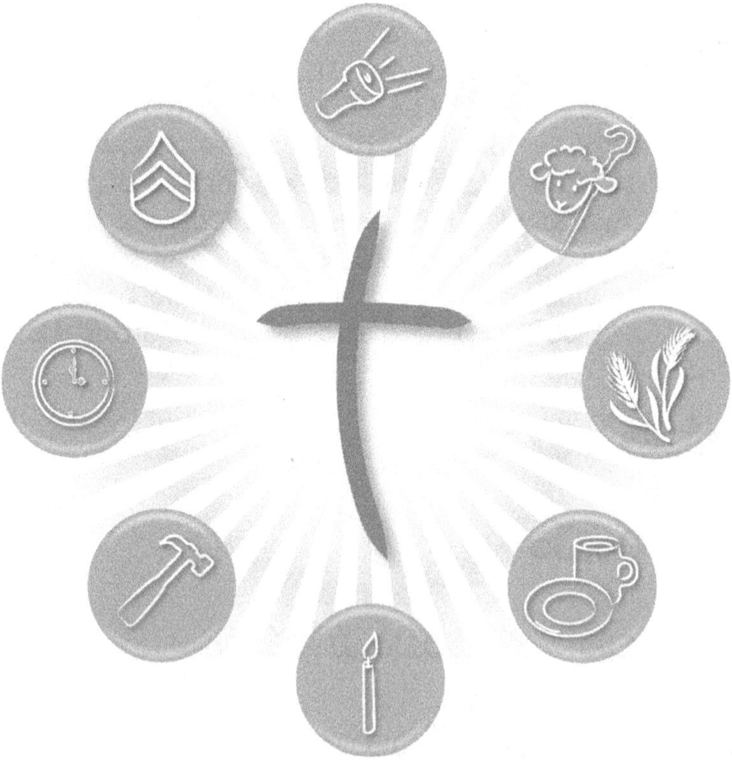

విత్తులు నాటేవాడు
చేతుల్తో విత్తనాలు నాటాలి.

కుమారుడు
మీరు తింటున్నట్టుగా మీ చేతులను నోటివైపు కదపాలి.

పరిశుద్ధుడైన వ్యక్తి
శాస్త్రీయమైన “ప్రార్థిస్తున్న చేతులు”
భంగిమలో చేతులు వంచాలి.

సేవకుడు
సుత్తితో కొడుతున్నట్టు చూపాలి.

కార్యదక్షుడు
చొక్కా జేబులోంచి లేదా పర్సులోంచి డబ్బు తీయాలి.

మనం ఉత్తమంగా నేర్చుకునేందుకు మూడు మార్గాలేమిటి?

వినడం.....
మీ చెవి దగ్గర మీ చేతిని దొప్పలా వంచండి

చూడడం ...
మీ కళ్ళను చూపండి

చేయడం
చేతులని దొర్లిస్తున్నట్టు కదపండి

ముగింపు

టీ దుకాణం తెరిచివుంది!

--లూకా 7:31-35—యేసు ఇలా చెప్పాను:
మనుష్యులు దేనిని పోలియున్నారు? సంతవీధులలో
కూర్చుండియుండి- “మీకు పిల్లనగ్రోవి ఊదితిమిగాని

మీరు నాట్యమాడరైతిరి! ప్రలాపించితిమి గాని మీ
రేడ్వరైతిరి" అని యొకనితో ఒకడు చెప్పుకొని పిలుపు
లాటలాడుకొను పిల్లకాయలను పోలియున్నారు.
బాప్తిస్మమిచ్చు యోహాను, రొట్టె తినకయు,
ద్రాక్షరసము త్రాగకయు వచ్చెను. గనుక- "యోహాను
దయ్యము పట్టినవాడు" అని మీరనుచున్నారు. కాని,
మనుష్య కుమారుడు తినుచును, త్రాగుచును వచ్చెను
గనుక మీరు- "యేసు తిండిపోతును, మద్యపానియు,
సుంకరులకును పాపులకును స్నేహితుడును"
అనుచున్నారు. "అయినను జ్ఞానము జ్ఞానమని దాని
సంబంధులనుబట్టి తీర్పు పొందును" అనెను *(CEV)*

2

బహుళాభివృద్ధి

హెచ్చవేయడం అనేది యేసును ఒక కార్యదక్షునిగా పరిచయం చేస్తుంది: కార్యదక్షులు తమ సమయానికి, సంపదకు మంచి ప్రతిఫలాన్ని కోరుకుంటారు, వారు సమగ్రతతో జీవించాలని ఆశిస్తారు. తెలుసుకోవడంద్వారా ఫలప్రద మయ్యేందుకు ఒక దృష్టిని నేర్చుకునేవారు పొందాలి 1) మానవజాతికి దేవుని తొలి ఆదేశం, 2) మానవజాతికి యేసు అంతిమ సందేశం, 3) 222 సూత్రం, 4) గలిలియ సముద్రానికి మృత సముద్రానికి మధ్య తేడాలు.

“ఫలించడానికి” లేదా ఫలానికి, ఇతరులకు శిక్షణనివ్వడానికి, కేవలం వారికి బోధించడానికి మధ్య తేడాను ప్రదర్శించే చురుకైన-నేర్చుకునే స్కిట్ తో ఈ పాఠం ముగుస్తుంది. ఎలా కీర్తించాలో, ఎలా ప్రార్థించాలో, దేవుని మాటను ఎలా అధ్యయనం చేయాలో, ఇతరులకు ఎలా బోధించాలో శిక్షకులను నేర్చుకునేవారు సవాల్ చేస్తారు. ఇలా కాలాన్ని, సంపదను, సమగ్రతను పెట్టుబడి పెట్టడంద్వారా యేసును తాము స్వర్గంలో దర్శించినప్పుడు ఆయనకు ఒక అద్భుతమైన బహుమతిని నేర్చుకునేవారు ఇవ్వగలుగుతారు.

స్తుతి

ప్రార్థన

అధ్యయనం

సమీక్ష

యేసును అనుసరించేందుకు మనకు సాయపడే ఎనిమిది చిత్రాలు ఏవి?

మన ఆధ్యాత్మిక జీవితం ఒక బుంగ లాంటిది.

యేసుకు ఏది ఇష్టం?

--మత్తయి *6:20-21*—కాని పరలోకములో మీకొరకు ధనమును కూర్చుకొనుడి, అచ్చట చిమ్మటయైనను, తుప్పైనను దానిని తినివేయదు, దొంగలు కన్నమువేసి దొంగిలరు. నీ ధనమెక్కడనుండునో అక్కడనే నీ హృదయము ఉండును.

చొక్కా జేబులోంచి లేదా పర్సులోంచి డబ్బును తీస్తున్నట్టు నటించండి.

ఒక కార్యదక్షుడు చేసే మూడు అంశాలు ఏమిటి?

--మత్తయి *25:14-28*— ఇది ఒక మనుష్యుడు దేశాంతరమునకు చేసే ప్రయాణమై, తన దాసులను పిలిచి, తన ఆస్తిని వారికప్పగించి నట్లుండును. అతను ఒకనికి అయిదు తలాంతులను, ఒకనికి రెండు, ఒకనికి ఒకటియు ఎవని సామర్థ్యము చొప్పున వానికిచ్చి, వెంటనే దేశాంతరము పోయెను. అలాగునే, రెండు తలాంతులు తీసికొని నవాడు వెళ్లి వాటితో వ్యాపారము చేసి, మరి అయిదు

తలాంతులు సంపాదించెను. అలాగునే రెండు తీసికొనినవాడు మరి రెండు సంపాదించెను. అయితే ఒక తలాంతు తీసుకొనినవాడు వెళ్లి, భూమిని త్రవ్వి తన యజమానుని సొమ్ము దాచిపెట్టెను. బహుకాలమైన తరువాత ఆ దాసుల యజమానుడు వచ్చి వారియొద్ద లెక్క చూచుకొనెను. అప్పుడు అయిదు తలాంతులు తీసుకొనినవాడు మరి అయిదు తలాంతులు తెచ్చి “అయ్యా, నీవు నాకు అయిదు తలాంతులప్పగించితివే, అవియుగాక, మరి యయిదు తలాంతులు సంపాదించితిని” అని చెప్పెను. అతని యజమానుడు “భళా, నమ్మకమైన మంచి దాసుడా, నీవు ఈ కొంచెములో నమ్మకముగా ఉంటివి, నిన్ను అనేకమైనవాటిమీద నియమించెదను. నీ యజమానుని సంతోషములో పాలుపొందు”మని అతనితో చెప్పెను. అలాగే రెండు తలాంతులు తీసికొనినవాడు వచ్చి “అయ్యా, నీవు నాకు రెండు తలాంతులప్పగించితివే, అవియుగాక మరి రెండు తలాంతులు సంపాదించితి”నని చెప్పెను. అతని యజమానుడు “భళా, నమ్మకమైన మంచి దాసుడా, నీవు ఈ కొంచెములో నమ్మకముగా ఉంటివి, నిన్ను అనేకమైనవాటి మీద నియమించెదను, నీ యజమానుని సంతోషములో పాలుపొందు” మని అతనితో చెప్పెను. తరువాత ఒక తలాంతు తీసుకొనిన వాడును వచ్చి “అయ్యా, నీవు విత్తనిచోట కోయువాడవును, చల్లనిచోట పంట కూర్చుకొనువాడవునైన కఠినుడవని నేనెరుగుదును. కనుక నేను భయపడి, వెళ్లి నీ తలాంతును భూమిలో దాచి పెట్టితిని, ఇదిగో నీది నీవు తీసికొనుము” అని చెప్పెను. అందుకు యజమానుడు వానిని చూచి “సోమరివైన చెడ్డ దాసుడా, నేను విత్తనిచోట కోయువాడను, చల్లనిచోట పంట కూర్చుకొనువాడనని నీవు ఎరుగుదువా? అట్లయితే నీవు నా సొమ్ము సాహుకారుల యొద్ద ఉంచవలసి యుండెను, నేను వడ్డీతో కూడా నా సొమ్మును తీసికొనియుందునే. ఆ తలాంతును వానియొద్దనుండి తీసివేసి, పది తలాంతులు గలవానికియ్యుడి” అనెను.

1. ______________________________

2. ______________________________

3. ______________________________

మానవునికి దేవుని తొలి ఆదేశం ఏమిటి?

--ఆదికాండము *1:28*—దేవుడు వారిని ఆశీర్వదించెను; వారితో ఇట్లనెను "మీరు ఫలించి, అభివృద్ధిపొంది, విస్తరించి, భూమిని నిండించి, దానిని లోపరచుకొనుడి; సముద్రపు చేపలను, ఆకాశపక్షులను, భూమిమీద ప్రాకు ప్రతి జీవిని ఏలుడు" అని దేవుడు వారితో చెప్పెను. *(NASB)*

____

మానవునికి యేసు అంతిమ సందేశం ఏమిటి?

--మార్కు *16:15* – ఆయన వారితో చెప్పెను, "మీరు సర్వలోకమునకు వెళ్లి, సర్వసృష్టికి సువార్తను ప్రకటించుడి"

____

నేను ఎలా ఫలవంతంగా వుండి, విస్తరించగలను?

--2 తిమోతి *2:2*— నీవు నావలన వినిన వివిధ సంగతులను ఇతరులకును బోధించుటకు సామర్థ్యముగల నమ్మకమైన మనుష్యులకు అప్పగించుము. *(NASB)*

____

గలిలియ సముద్రం/ మృత సముద్రం

జ్ఞాపక వాక్యం

--యోహాను 15:8—మీరు బహుగా ఫలించుటవలన నా తండ్రి మహిమపరచబడును. ఇందువలన మీరు నా శిష్యులగుదురు.

స

మ

య

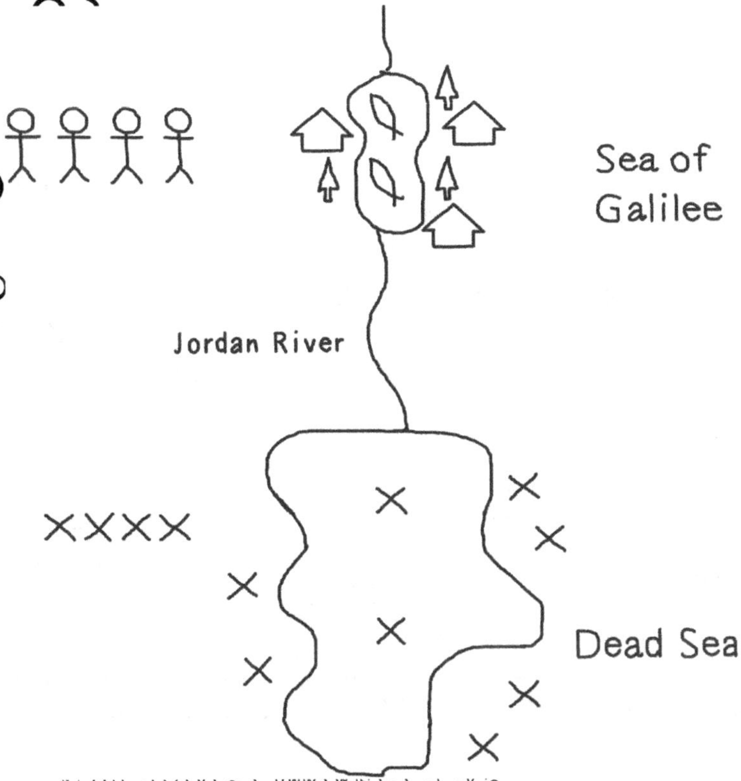

[illegible]
మీరు విత్తనాలు జల్లుతున్నట్టయితే వుంచోట్టు చోతిని వుంచడం.

3

ప్రేమ

ప్రేమ యేసును గొర్రెల కాపరిగా పరిచయం చేస్తుంది: గొర్రెల కాపరి సారథ్యం వహిస్తాడు, రక్షిస్తాడు, గొర్రెలను పోషిస్తాడు. దేవుని వాక్యాలను బోధించడం ద్వారా మనం ప్రజలని పోషిస్తాము, కాని దేవుని గురించి మనం ప్రజలకు బోధించే మొదటి విషయం ఏమిటి? నేర్చుకునేవారు అత్యంత ముఖ్యమైనఆదేశాలని అన్వేషిస్తారు,ఎవరి మార్గంద్వారా ప్రేమ లభిస్తోందో గుర్తిస్తారు, అత్యంత ముఖ్యమైన ఆదేశాల ఆధారంగా పూజించడం ఎలాగో కనుగొంటారు.

నేర్చుకునేవారు సాధారణ శిష్యబృందానికి నాలుగు కీలక అంశాలతో సారథ్యం వహించడాన్ని సాధన చేయాలి; స్తుతి (మనస్ఫూర్తిగా దేవుని ప్రేమించడం), ప్రార్థన (ఆత్మనివేదనంతో దేవుని ప్రేమించడం), బైబిల్ అధ్యయనం (మనసుపెట్టి దేవుని ప్రేమించడం), ఒక నైపుణ్యాన్ని సాధన చేయడం (దానివల్ల మన యావత్ శక్తిమేరకు దేవుని ప్రమేమించగలం). చివరగా విశ్వాసుల్లో చాలా శిష్యబృందాలు వుండాల్సిన అవసరాన్ని “గొర్రెలు, పులి” అనే స్కిట్ తెలియజెబుతుంది.

స్తోత్రం

ప్రార్థన

1. మీకు తెలిసి మనం కోల్పోయిన వ్యక్తులని రక్షించడం కోసం గురించి మనం ఎలా ప్రార్థించగలం?

2. మీరు శిక్షణ నిస్తున్న బృందం కోసం మనం ఎలా ప్రార్థించగలం?

అధ్యయనం

సమీక్ష

ఏ ఎనిమిది చిత్రాలు జీసస్ ను అనుసరించేందుకు మనకి దోహదం చేస్తాయి?

బహుళంచేయండి

సారధి చేసే పనులు ఏమిటి?

మానవునికి దేవుడు ఇచ్చిన తొలి ఆదేశం ఏమిటి?

మానవునికి యేసు ఇచ్చిన ఆఖరి ఆదేశం ఏమిటి?

నేను ఎలా ఫలవంతంగా వుండి విస్తరించగలను?

ఇజ్రాయిల్ లో వున్న రెండు సముద్రాల పేర్లు ఏమిటి?

అవి ఎందుకు అంత భిన్నంగా వుంటాయి?

మీరు వీటిలో దేనిలాగా వుండదల్చుకున్నారు?

యేసు ఎటువంటివారు?

--మార్క్: 6.34—యేసు సముద్ర తీరానికి వెళ్ళినప్పుడు, అక్కడ ఆయన పెద్ద గుంపుని చూశాడు, వారి గురించి ఆయన పరితాపపడెను, ఎందుకంటే, వారు కాపరి లేని గొర్రెలలాగా అగుపడ్డారు;ఆయన వారికి చాలా విషయాలు నేర్పించడం ప్రారంభించెను(ఎన్ఎస్భి)

మీరు జనాల్ని కూర్చుకుంటున్నట్టు చేతుల్ని మీ శరీరం వైపునకు కదల్చండి.

గొర్రెల కాపరి చేసే మూడు విషయాలు ఏమిటి??

-- కీర్తనలు 23:1-66 -- యెహోవా నా కాపరి నాకు లేమి కలుగదు. పచ్చికగల చోట్లను ఆయన నన్ను పరుండజేయు చున్నాడుశాంతికరమైన జలములయొద్ద నన్ను నడిపించుచున్నాడు. నా ప్రాణమునకు ఆయన సేదదీర్చుచున్నాడు తన నామమునుబట్టి నీతిమార్గములలో నన్ను నడిపించు చున్నాడు. గాఢాంధకారపు లోయలో నేను సంచరించినను ఏ అపాయమునకు భయపడనునీవు నాకు తోడై యుందువు నీ దుడ్డుకఱ్ఱయు నీదండమును నన్ను ఆదరించును. నా శత్రువులయెదుట నీవు నాకు భోజనము సిద్ధ పరచుదువునూనెతో నా తల అంటియున్నావు నా గిన్నె నిండి పొర్లుచున్నది. నేను బ్రదుకు దినములన్నియు కృపాక్షేమములే నా వెంట వచ్చును. చిరకాలము యెహోవా మందిరములో నేను నివాసము చేసెదను. (NASB)

1. ____________________

2. ____________________

3. ____________________

ఇతరులకి బోధించేందుకు అత్యంత ముఖ్యమైన ఆదేశం ఏమిటి?

మార్క్ 12:28-31-- శాస్త్ర బోధకుల్లో ఒకరు వచ్చి వారు వాదులాడుకొనుట విన్నారు. యేసు వారికి సరైన సమాధానం ఇచ్చారని గమనించి, ఆయన అతన్ని «అన్ని ఆదేశాల్లోకి అత్యంత ముఖ్యమైనది ఏది?›

అని అడిగాడు «అతి ముఖ్యమైది› అని, యేసు ఇలా చెప్పారు: «వినండి, ఓ ఇస్రాయిల్, దేవుని ప్రభువా, దేవుడు ఒక్కడే. మనస్ఫూర్తిగా, ఆత్మశుద్ధితో, మీ సర్వశక్తితో మీ ప్రభువుని కొలవండి›. రెండోది: «మీకు లాగే మీ పొరుగువారిని ప్రేమించండి›. «ఇంతకన్న పెద్ద ఆదేశం ఇంకోది లేదు›”

1. ______________________________

✋ దేవుని వైపు చేతులు చాచండి

2. ______________________________

✋ చేతులు ఇతరుల వైపునకు బయటకి సాచండి.

ప్రేమ ఎక్కడ నుంచి వస్తుంది?

-- 1 జాన్ 4:7, 8-- ప్రియమైన స్నేహితులారా, మనం ఒకరినొకరు ప్రేమించుకుందాం, ఎందుకంటే దేవుని నుంచే ప్రేమ వస్తుంది, ప్రేమించే ప్రతివారూ దేవుని నుంచి పుట్టినవారే, దేవుని తెలుసుకున్నవారే. ప్రేమించనివారు దేవుని తెలియనివారు, ఎందుకంటే దేవుడే ప్రేమ స్వరూపం.

____

✋ మీరు ప్రేమని స్వీకరిస్తున్నవిధంగా చేతులు పైకి చాచండి, అప్పుడు తిరిగి దేవునికి ప్రేమని అందించండి.

✋ మీరు ప్రేమని స్వీకరిస్తున్నట్టుగా చేతులని పైకి లేపండి, తరవాత దాన్ని ఇతరులకి పంచుతున్న విధంగా వాటిని విశాలంగా చాచండి.

నిరాడంబర ఆరాధన అంటే ఏమిటి?

- స్తుతించడం
  దేవుని స్తుతించేందుకు చేతులు పైకి ఎత్తండి

- ప్రార్థన
  శాస్త్రీయ పద్ధతిలో "ప్రార్థిస్తున్న చేతుల" భంగిమలో చేతులని వుంచండి.

- అధ్యయనం
  మీరు చదువుతున్న విధంగా అరచేతుల్ని పైకి వుంచండి.

- సాధన
  విత్తులని జల్లుతున్న విధంగా మీ చేతులని ముందుకి వెనక్కి కదుపుతూ వుండండి.

మనకి నిరాడంబర ఆరాధన ఎందుకు వుంది?

--మార్క్ 12:30--మీ దేవుని ప్రభువుని మీరు నిండు మనసుతో, ఆత్మార్పణగా, మెదడు నిండా నింపుకుని, మీ పూర్తి శక్తితో కొలవండి.

మనం....	అంచేత మనం...	చేతుల కదలికలు
హృదయంతో దేవుని ప్రేమిస్తాం	స్తుతిస్తాం	గుండెలపై చేతులు వుంచుకుని తరవాత చేతులు పైకెత్తి దేవుని ప్రార్థిస్తాం.
జీవాత్మతో దేవుని ప్రేమిస్తాం	ప్రార్థన	చేతులని పక్కలకి పట్టి తరవాత శాస్త్రీయ ప్రార్థనా భంగిమలో చేతులని వుంచాలి

పూర్తి మనసుతో దేవుని ప్రేమిస్తాం	అధ్యయనం	✋ ఆలోచిస్తున్న విధంగా తలకి కుడివైపు చేతిని వుంచి, తరవాత మీరు పుస్తకం చదువుతున్నవిధంగా అరచేతుల్ని పైకి ఎత్తాలి.
మన పూర్తి శక్తితో దేవుని ప్రేమిస్తాం	మనం నేర్చుకున్నదాన్ని పంచుకోవాలి (సాధన)	✋ అరచేతుల్ని పైకి ఎత్తి కండరాల్ని ముడవండి, తరవాత విత్తులు జల్లుతున్న విధంగా చేతుల్ని విస్తరించండి.

నిరాడంబర ఆరాధన నిర్వహించేందుకు ఎంత మంది వుండాలి?

-- మాథ్యూ 18:20 --నా పేరిట ఇద్దరు ముగ్గురు ఒకచోటికి చేరితే నేను అక్కడ వుంటాను.

జ్ఞాపక వాక్యములు

-- జాన్ 13:34, 35--అంచేత ఇప్పుడు నేను మీకు ఓ కొత్త ఆదేశం ఇస్తున్నాను; ఒకరినొకరు ప్రేమించుకోండి. నేను మిమ్మల్ని ప్రేమించినట్టుగానే, మీరు ఒకరినొకరు ప్రేమించుకోవాలి. మీలో ఒకరిపై నొకరి ప్రేమే మీరు నా అనుయాయులని ప్రపంచానికి చాటిచెబుతుంది.. (NLT)

సాధన

“ఆ జోడీలో పెద్దవారు దానికి నాయకుడుగా వుంటారు”

ముగింపు

నిరాడంబర ఆరాధన

1. ఈ కథ మనకి దేవుని గురించి ఏమి చెబుతుంది?
2. ఈ కథ మనకి ప్రజల గురించి ఏమి చెబుతుంది?
3. జీసస్ ను అనుసరించేందుకు ఈ కథ నాకెలా దోహదపడుతుంది?

అనుయాయి బృందం ప్రారంభించడం ఎంత ముఖ్యం?

గొర్రెలు, పులులు

4

ప్రార్థన

ప్రార్థన అభ్యాసకులని యేసుకు పవిత్రులుగా పరిచయం చేస్తుంది. ఆయన పవిత్రమైన జీవితాన్ని గడిపి, మనకోసం శిలువపై మరణించాడు. యేసును అనుసరించే క్రమంలో మనల్ని సాధువులుగా వుండమని దేవుడు ఆదేశించాడు. ఒక సాధువు దేవుని ఆరాధిస్తాడు, పవిత్రమైన జీవితాన్ని గడుపుతాడు, ఇతరులకోసం ప్రార్థిస్తాడు. ప్రార్థన విషయంలో యేసును ఉదాహరణగా తీసుకుని, మనం దేవుని స్తుతిస్తాం, మన పాపాలకు క్షమాపణలు కోరతాం, మనకి కావల్సిన విషయాల్ని దేవుని కోరతాం, ఆయన మనల్ని ఏం చేయమని కోరతాడో దానికి కట్టుబడతాం.

ఈ క్రింది నాలుగు మార్గాల్లో ఒక దాని ద్వారా దేవుడు మన ప్రార్థనలకి సమాధానం చెబుతాడు: కాదు (మనం దురుద్దేశాలతో అడిగి వుంటే), మెల్లగా (సమయం సరైనది కాకపోతే), ఎదుగు (ఆయన సమాధానం చెప్పడానికి ముందు మనం మరింత పరిణతి సాధించాల్సిన అవసరం వుంటే), లేదా వెళ్ళు (ఆయన మాట, ఇష్టానుసారంగా మనం ప్రార్థించిన సందర్భంలో). జెరెమయ్య 33:3 ఆధారంగా అభ్యాసకులు దేవుని ఫోన్ నెంబరును 3-3-3గా గుర్తుపెట్టుకుంటారు, ప్రతిరోజూ దేవుని కాల్ చేయడం ప్రోత్సహిస్తారు.

స్తుతి ప్రార్థన

1. మీకు తెలిసి రక్షించవల్సి వుండే కోల్పోయిన వ్యక్తుల గురించి మనం ఎలా ప్రార్థించగలం?

2. మీరు శిక్షణ గరుపుతున్న బృందం కోసం మనం ఏ విధంగా ప్రార్థించగలం?

అధ్యయనం

టెలిఫోన్ ఆట

సమీక్ష

యేసుని అనుసరించేందుకు మనకి దోహదం చేసే ఎనిమిది చిత్రాలు ఏవి?

బహుళంగా అభివృద్ధి

కార్యదక్షుడు చేసే మూడు విషయాలు ఏమిటి?

దేవుడు మనుషులకి ఇచ్చిన తొలి ఆదేశం ఏమిటి?

యేసు మనుషులకి ఇచ్చిన ఆఖరి ఆదేశం ఏమిటి?

నేను ఫలవంతంగా వుండి ఎలా బహుళం కాగలను?

ఇజ్రాయెల్ లో వున్న రెండు సముద్రాలు ఏవి?

అవి ఎందుంకు అంత భిన్నమైనవి?

మీరు దేనిలాగా వుండాలనుకుంటున్నారు?

ప్రేమ

గొర్రెల కాపరి చేసే మూడు పనులు ఏమిటి?

ఇతరులకి బోధించేందుకు అత్యంత ముఖ్యమైన ఆదేశం ఏమిటి?

ప్రేమ ఎక్కడి నుంచి వస్తుంది?

నిరాడంబర ఆరాధన అంటే ఏమిటి?

మనకి నిరాడంబర ఆరాధన ఎందుకు వుంది?

నిరాడంబర ఆరాధన నిర్వహించడానికి ఎంత మంది అవసరం?

యేసు ఎలా వుంటారు?

-- లూకా 4:33-35 -- అదే సమయంలో దయ్యం పట్టిన వాడొకడు ఆ సమాజ మందిరంలోకి వచ్చాడు. ఆ దయ్యం బిగ్గరగా, “ఓ నజరేయుడైన యేసూ! మాతో నీకేంపని? మమ్మల్ని నాశనం చెయ్యటానికి వచ్చావా? నీవెవరో నాకు తెలుసు. నీవు దేవుని పరిశుద్ధుడవు” అని అన్నది. యేసు, “నోరు మూసుకొని అతని నుండి బయటకు రా!” అని గద్దించాడు. ఆ దయ్యం తాను పట్టిన వాణ్ణి క్రింద పడవేసి ఏ హానీ చెయ్యకుండా ఆ దయ్యం వెలుపలికి వచ్చింది.

శాస్త్రీయ “ప్రార్ధిస్తున్న చేతులు” భంగమలో చేతులని వుంచండి.

దేవదూత చేసే మూడు పనులు ఏవి?

--మాథ్యూ 21.12.16--యేసు ఆలయంలోకి వెళ్ళి, అక్కడ అమ్ముతున్న వాళ్ళను, కొంటున్న వాళ్ళను బయటికి వెళ్ళగొట్టాడు. డబ్బు మారకం చేస్తున్న వర్తకుల బల్లలను, పావురాలు అమ్ముతున్న వర్తకుల పీఠల్ని క్రింద పడవేసాడు. ఆయన వాళ్ళతో, “‘నా ఆలయం ప్రార్ధనాలయం అనిపించుకుంటుంది’ అని వ్రాసారు. కాని దాన్ని మీరు దోపిడి దొంగల గుహగా మార్చారు” అని అన్నాడు. గ్రుడ్డివాళ్ళు, కుంటివాళ్ళు ఆలయంలో ఉన్న ఆయన దగ్గరకు వచ్చారు. ఆయన వాళ్ళకును నయం చేసాడు. ప్రధాన యాజకులు, శాస్త్రులు ఆయన చేసిన అద్భుతాలను చూసారు.

మందిరావరణంలో ఉన్న పిల్లలు, “దావీదు కుమారునికి హోసన్నా!” అని కేకలు వేయటం విన్నారు. వాళ్ళకు కోపం వచ్చింది. “చిన్న పిల్లలేమంటున్నారో నీవు విన్నావా?” అని వాళ్ళు యేసును ప్రశ్నించారు. యేసు, “విన్నాను. ‘చిన్న పిల్లలు, పసిపాపలు కూడా నిన్ను స్తుతించేటట్లు చేసావు!’ అని వ్రాసారు. ఇది మీరు ఎన్నడూ చదువలేదా?” అని అన్నాడు.”

1. ______________________________

2. ______________________________

3. ______________________________

మనం ఎలా ప్రార్థించాలి?

--లూకా **10.21**...అదే సమయంలో ఆయన పవిత్రాత్మలో సంతోషిస్తూ, “ఆకాశానికి, భూమికి ప్రభువైనటువంటి ఓ తండ్రి! నీకు స్తుతులు! నీవీ విషయాలు చదువుకున్న వాళ్ళనుండి, విజ్ఞానుల నుండి దాచి, అమాయకులకు తెలియ చేసావు. ఔను, తండ్రీ! ఇదే నీచిత్తము.” *(NASB)*

1. ______________________________

🖐ఆరాధనలో చేతులు పైకి లేచాను.

--లూకా **18:10-14**-- ఇద్దరు మనుష్యులు మందిరానికి వెళ్ళారు. ఒకడు పరిసయ్యుడు, ఒకడు పన్నులు వసూలు చేసేవాడు. పరిసయ్యుడు ఒక ప్రక్కనిలుచొని ఈ విధంగా ప్రార్థించటం మొదలు పెట్టాడు: ‘ప్రభూ! నేను యితరుల్లా, అంటే మోసగాళ్ళల్లా, దుర్మార్గుల్లా, వ్యభిచారుల్లా ఉండనందుకు నీకు కృతజ్ఞుణ్ణి. ఈ పన్నులు సేకరించేవానిలా నేను ఉండనందుకు కూడా కృతజ్ఞుణ్ణి. నేను వారానికి రెండుసార్లు ఉపవాసాలు చేస్తాను. నా సంపదలో

పదవవంతు దేవుని పేరిట యిస్తాను.' "ఆ పన్నులు సేకరించేవాడు మరొక ప్రక్క నిలుచొని ఆకాశం వైపు కూడా చూడటానికి ధైర్యము లేక గుండెలు బాదుకుంటూ, 'దేవుడా! నేనొక పాపిని, నాపై దయచూపు' అని అన్నాడు. దేవుని దృష్టిలో పరిసయ్యునికి మారుగా ఇతడు నీతిమంతుడనిపించుకొని ఇంటికి వెళ్ళాడు. ఎందుకంటే ఇతరుల కన్నా మీరు గొప్పలు చెప్పుకొన్నట్టయితే అణచబడతారు. మీరు అణుకువతో ఉన్నట్టయితే గొప్ప స్థానానికి ఎత్తబడతారు." *(CEV)*

2. ______________________________

అరచేతులు ముందుకు సాచి మొహం కప్పుకోవాలి; మొహం పక్కకు తిప్పుకోవాలి.

*--లూకా 11:9--*కనుక, నేను మీకు చెప్పేదేమంటే; అడుగుతూ వుండండి, మీకు లభిస్తుంది. వెతుకుతూ వుండండి, మీకు అది దొరుకుతుంది. తలుపు తడుతూ వుండండి, అది మీకోసం తెరుచుకుంటుంది.

3. ______________________________

చేతులని దోసిలి పట్టండి.

-- లూకా 22:42-- "తండ్రీ! నీకిష్టమైతే ఈ గిన్నె నా నుండి తీసివేయ్యి. కాని నెరవేరవలసింది నా యిచ్ఛ కాదు: నీది. అట్లే కానియ్యి."

4. ______________________________

చేతులు ప్రార్థన చేసే విధంగా ముడుచుకుని, ఎత్తుగా వుంచి, గౌరవం సూచించే విధంగా నుదుటన చేర్చాలి.

కలిసి ప్రార్థించడం

దేవుడు మనకి ఎలా సమాధానమిస్తాడు?

-- మాథ్యూ 20:20-22 ఆ తర్వాత జెబెదయి భార్య తన కుమారులతో కలిసి యేసు దగ్గరకు వచ్చి ఆయన ముందు మోకరిల్లి ఒక ఉపకారం చెయ్యమని కోరింది. యేసు, "నీకేం కావాలి?" అని అడిగాడు. ఆమె, "మీ రాజ్యంలో, నా ఇరువురు కుమారుల్లో ఒకడు మీ కుడిచేతివైపున, మరొకడు మీ ఎడమచేతి వైపున కూర్చునేటట్లు అనుగ్రహించండి" అని అడిగింది. యేసు, "మీరేం అడుగుతున్నారో మీకు తెలియదు. నా పాత్రలో దేవుడు కష్టాల్ని నింపాడు. నేను త్రాగటానికి సిద్ధంగా ఉన్నాను. మీరు త్రాగగలరా?" అని అడిగాడు. "త్రాగగలము" అని వాళ్ళు సమాధానం చెప్పారు." (NLT)

1. ____

✋ "వద్దు" అని చెప్పే విధంగా తలని కదపండి

*--యోహాను **11:11-15** ఈ విషయాలు చెప్పాక యేసు యింకా ఈ విధంగా అన్నాడు: "మన స్నేహితుడు లాజరు నిద్రపోయాడు. అతణ్ణి నిద్రనుండి లేపటానికి నేను అక్కడికి వెళ్తున్నాను." ఆయన శిష్యులు, "ప్రభూ! నిద్ర పోతే ఆరోగ్యంగా ఉంటాడు" అని అన్నారు. యేసు మాట్లాడింది అతని చావును గురించి. కాని ఆయన శిష్యులు ఆయన సహజమైన నిద్రను గురించి మాట్లాడుతున్నాడు అనుకున్నారు. అప్పుడు యేసు స్పష్టంగా, "లాజరు చనిపోయాడు. నేనక్కడ లేనిది మంచిదైంది. మీ కోసమే అలా జరిగింది. మీరు నమ్మాలని నా ఉద్దేశ్యం. ఇప్పుడు అక్కడికి వెళ్దాం" అని అన్నాడు."*

2. ____

✋ వేగం తగ్గుతున్న కారులాగా చేతులని క్రిందకి వంచండి.

--లూకా 9: 51-56 -- ఆయన పరలోకానికి వెళ్ళే సమయం దగ్గర పడసాగింది. యేసు యెరూషలేము వెళ్ళాలని గట్టిగా నిశ్చయించుకున్నాడు. తన దూతల్ని తనకన్నా ముందు పంపాడు. వాళ్ళు ఆయన కోసం అన్నీ సిద్దం చెయ్యాలని ఒక సమరయ పల్లెకు వెళ్ళారు. ఆ వూరి వాళ్ళు ఆయన యెరూషలేము వెళ్తుండటం వలన ఆయనకు స్వాగతమివ్వలేదు. ఆయన శిష్యులలో యాకోబు, యోహాను యిది చూసి యేసుతో, “ప్రభూ! వాళ్ళను నాశనం చేయటానికి ఆకాశం నుండి అగ్ని రప్పించమంటారా?” అని అడిగారు. యేసు వాళ్ళవైపు చూసి వాళ్ళను గద్దించాడు. అక్కడి నుండి వాళ్ళంతా మరొక గ్రామానికి వెళ్ళారు. (NLT)

3. ______________________________

✋ ఒక మొక్కని పెంచుతున్నట్టు చేతులని వంచాలి.

-- యోహోను 15:7 --మీరు నాలో, నా ఉపదేశాలు మీలో ఉంటే మీరు మీకిష్టమైన దేదైనా అడగండి. అది మీకిస్తాను. కోరింది జరుగుతుంది! (NLT)

4. ______________________________

✋ “అవును” అన్నట్టు సంజ్ఞచేస్తూ తల ఊపాలి,
“వాళ్ళు” అన్న సంజ్ఞగా చేతులని ముందుకు ఊపాలి..

జ్ఞాపక వాక్యాలు

-- లూకా 11:9-- కనుక, నేను మీకు చెప్పేదేమంటే; అడగుతూ వుండండి, మీకు లభిస్తుంది. వెతకుతూ వుండండి దొరుకుతుంది. తలుపు తడుతూ వుండండి, అది మీకోసం తెరుచుకుంటుంది.

సాధన

ముగింపు

దేవుని ఫోన్ నెంబరు మీకు తెలుసా ☛

> *--ఇర్మియా 33:3 -- "ఓ యూదా, నన్ను ప్రార్థించు. నేను నీకు జవాబిస్తాను. నేను నీకు అతి ముఖ్యమైన రహస్యాలను తెలియజేస్తాను. అవి నీవు ముందెన్నడు విని ఎరుగవు. (NASB)*

రెండు చేతులూ – పది వేళ్ళు ☛

5

విధేయత

విధేయత అభ్యాసకులని యేసుకి సేవకులుగా పరిచయం చేస్తుంది: సేవకులు ప్రజలకు సేవచేస్తారు: వారి మనసు వినయంతో నిండివుంటుంది, వారు తమ గురువుకి విధేయులుగా వుంటారు. సరిగా అదే విధంగా, యేసు తన తండ్రిని సేవించి, అనుసరించాడు, ఇప్పుడు మనం యేసుని సేవించి, అనుసరిద్దాం. పూర్తి అధికారం వున్న వ్యక్తిగా, అనుసరించేందుకుగాను ఆయన మనకి నాలుగు ఆజ్ఞలు ఇచ్చాడు: వెళ్ళు, శిష్యులని తయారు చేయి, బాప్టయిజ్ చేయి, అందరకీ విధేయులుగా వుండేలా శిక్షణ ఇవ్వండి అని ఆయన ఆజ్ఞాపించాడు. తాను ఎల్లప్పుడూ మనతోనే వుంటాననికూడా యేసు మనకి వాగ్దానం చేశాడు. యేసు మనకి ఆజ్ఞ ఇచ్చినప్పుడు, మనం దాన్ని ఎల్లవేళలా, వెనువెంటనే, ప్రేమపూర్వక హృదయంతో తప్పనిసరిగా పాటించాలి.

ప్రతిఒక్కరి జీవితంలోనూ తుఫానులు వస్తాయి, కాని తెలివైన వాడు యేసు ఆత్రలని అనుసరించి తన జీవితాన్ని నిర్మించుకుంటాడు; తెలివితక్కువవాడు అలా చేయడు. ఆఖరుకు, అభ్యాసకులు కార్యకములు 29 మ్యాప్ ను ప్రారంభించి, వారి పంటపొలం తాలూకు చిత్రం, దాన్ని శిష్య సదస్సు ముగింపు సందర్భంగా ప్రదర్శిస్తారు.

స్తోత్రం

ప్రార్థన

1. దారితప్పి, రక్షించాల్సిన వారికోసం మనం ఎలా ప్రార్థించగలం?

2. మీరు శిక్షణ ఇస్తున్న బృందం కోసం మనం ఎలా ప్రార్థించగలం?

అధ్యయనం

అల్లరి కోడిపిల్లల్లా చేయండి!

సమీక్ష

ఏ ఎనిమిది చిత్రాలు జీసస్ ను అనుసరించేందుకు మనకి దోహదం చేస్తాయి?

బహుళంచేయండి

కార్యదక్షుడు చేసే మూడు పనులు ఏమిటి?

దేవుడు మానవునికి ఇచ్చిన తొలి ఆదేశం ఏమిటి?

యేసు మానవునికి ఇచ్చిన ఆఖరి ఆదేశం ఏమిటి?

నేను ఎలా ఫలవంతంగా వుండి విస్తరించగలను?

ఇజ్రాయిల్ లో వున్న రెండు సముద్రాల పేర్లు ఏమిటి?

అవి ఎందుకు అంత భిన్నంగా వుంటాయి?

మీరు వీటిలో దేనిలాగా వుండదల్చుకున్నారు?

ప్రేమ

గొర్రెల కాపరి చేసే మూడు పనులు ఏమిటి?

ఇతరులకి బోధించే అత్యంత ముఖ్యమైన ఆజ్ఞ ఏమిటి?

ప్రేమ ఎక్కడి నుంచి వస్తుంది?

నిరాడంబర ఆరాధన అంటే ఏమిటి?

మనకి నిరాడంబర ఆరాధన ఎందుకు వుంది?

నిరాడంబర ఆరాధన నిర్వహించడానికి ఎంత మంది అవసరం అవుతారు?

ప్రార్థన

దేవదూత చేసే మూడు విషయాలు ఏమిటి?

మనం ఎలా ప్రార్థించాలి?

దేవుడు మనకి ఎలా జవాబు చెబుతారు?

దేవుని ఫోన్ నెంబరు ఏమిటి?

యేసు ఎలా వుంటారు?

--మార్క్ *10:45*-- ఎందుకంటే మనుష్యకుమారుడు కూడా సేవ చేయించుకోవటానికి రాలేదు. కాని సేవ చేయటానికి, అందరి పక్షాన తన ప్రాణాన్ని క్రయధనంగా ధారపోయటానికి వచ్చాడు" అని అన్నాడు. (NLT)

✋ సుత్తితో కొట్టినట్టు ఊహించండి

సేవకుడు చేసే మూడు విషయాలు ఏమిటి?

--ఫిలిప్పీయులకు *2:5:8* -- యేసు క్రీస్తులో ఉన్న మనస్సును పెంచుకోండి. ఆయన దేవునితో సమానము. అయినా ఆయన ఆ స్థానాన్ని పట్టుకొని కూర్చోవాలనుకోలేదు. ఆయన అంతా వదులుకొన్నాడు. మానవ రూపం దాల్చి సేవకునివలే ఉండటానికి వచ్చాడు. మానవుని వలే కనిపిస్తూ, వినయంగా వుంటూ, మరణాన్ని కూడా విధేయతగా అంగీకరించి, సిలువపై

మరణించాడు.!

1. ____

2. ____

3. ____

ఈ ప్రపంచంపై అత్యున్నతాధికారం ఎవరిది?

--మత్తయి 28:18-- అప్పుడు యేసు వాళ్ళ దగ్గరకు వచ్చి, "పరలోకంలో, భూమ్మీద అధికారమంతా దేవుడు నాకిచ్చాడు."

____

ప్రతి విశ్వాసికి యేసు ఇచ్చిన నాలుగు ఆజ్ఞలు ఏమిటి?

--మత్తయి 28:19-20ఎ -- అందువల్ల అన్ని దేశాలకు వెళ్ళి, వాళ్ళను శిష్యులుగా చేయ్యండి. తండ్రి పేరిట, కుమారుని పేరిట, పవిత్రాత్మ పేరిట వాళ్ళకు బాప్తిస్మము యివ్వండి. నేను మీకాజ్ఞాపించిన వన్నీ వాళ్ళను ఆచరించమని బోధించండి. నేను అన్ని వేళలా ఈ యుగాంతం దాకా మీ వెంట ఉంటాను" అని అన్నాడు.

1. ____

వేళ్ళని ముందుకి కదపండి "నడవడం."

2. ______________________________

సాధారణ ఆరాధన లోని నాలుగు చేతి భంగిమలని ఉపయోగించండి: స్తోత్రం, ప్రార్థన, అధ్యయనం, సాధన.

3. ______________________________

మీ చేతిని ఇంకో ముజేతిపై పెట్టండి; ఎవరినో బాప్టైజ్ చేస్తున్నట్టు ఆ మోచేతిని ముందుకు వెనక్కి కదపండి

4. ______________________________

మీరు ఏదో పుస్తకం చదువుతున్న రీతిలో మీ రెండు చేతులనీ ఒకచోటికి చేర్చండి, తరవాత మీరు జనాలకి బోధిస్తున్న విధంగా ఆ “పుస్తకాన్ని” ముందుకూ వెనక్కూ కదల్చండి.

మనం యేసుకి ఏ విధంగా విధేయులుగా వుండాలి?

1. ______________________________

మీ కుడి చేతిని ఎడమ పక్క నుంచి కుడిపక్కకి కదపండి

2. ______________________________

చేతులని ముక్కలు చేస్తున్నట్టు పైనుంచి క్రిందకి కదపండి

3. ______________________________

గుండెలపై చేతులు అడ్డంగా పెట్టుకోండి, తరవాత దేవుని స్తుతిస్తూ చేతులు పైకి ఎత్తండి.

ప్రతి విశ్వాసికి యేసు చేసిన వాగ్దానం ఏమిటి?

--మత్తయి 28:20బి —"మరియు, తప్పకుండా నేను అన్ని వేళలా ఈ యుగాంతం దాకా మీ వెంట ఉంటాను".

జ్ఞాపక వాక్యం

--యోహాను 15:10 -- నేను నా తండ్రి ఆజ్ఞలకు లోబడి ఆయన ప్రేమలో నిలిచియున్నట్లుగా మీరు నా ఆజ్ఞలకు లోబడినట్లైతే నా ప్రేమలో నిలిచియుంటారు. (NLT)

సాధన

"జోడీలో పోడుగాటి వ్యక్తి నాయకుడు అవుతాడు"

ముగింపు

నిజమైన పూనాదిపై నిర్మించడం

-- మత్తయి 7:24, 25 -- అందువల్ల నా మాటలు విని వాటిని ఆచరించే ప్రతి ఒక్కడూ బండపై తన యింటిని కట్టుకొన్న వానితో సమానము. ఆ ఇల్లు రాతి బండపై నిర్మించబడింది. కనుక వర్షాలుపడి, వరదలు వచ్చి తుఫాను గాలులు వీచి ఆ యింటిని కొట్టినా ఆయిల్లు పడిపోలేదు. (CEV)

--మత్తయి 7:26-27 --కాని నా మాటలు విని వాటిని ఆచరించని ప్రతి ఒక్కడూ యిసుకపై తన యింటిని నిర్మించుకొన్న మూర్ఖునితో సమానము. వర్షాలు వచ్చి, వరదలు వచ్చి, తుఫాను గాలులు వీచి ఆ యింటిని కొట్టాయి. ఆ యిల్లు కూలి నేలమట్టమైపోయింది" దాని పతనం భయంకరమైనది. (CEV)

కార్యాలు 29 మాప్ – 1వ భాగం

6

నడక

నడక అభ్యాసకును యేసును ఒక కుమారునిగా పరిచయం చేస్తుంది: అతను/ఆమె ఒక కుమారుడు/కుమార్తెగా తండ్రిని గౌరవిస్తారు, ఐక్యతను కోరుకుంటారు, కుటుంబం అనుకూలంగా వుండాలని భావిస్తారు. యేసు అనే తండ్రి “ప్రియమైనవాడు”, యేసు బాప్టిజంలో ఆయన పరిశుద్ధాత్మ ఉద్భవించింది. యేసు తన పరిచర్యలో విజయవంతమయ్యారు, ఎందుకంటే ఆయన పరిశుద్ధాత్మ శక్తి పై ఆధారపడ్డారు.

అదే విధంగా, మనం కూడా మన జీవితాల్లో పరిశుద్దాత్మ శక్తిపై తప్పక ఆధారపడాలి. పరిశుద్ధాత్మకు సంబంధించి మనం నాలుగు ఆజ్ఞలను పాటించాలి: ఆత్మతో నడవాలి, ఆత్మను బాధించకూడదు, ఆత్మతో నిండివుండాలి, ఆత్మను అణచివేయరాదు. ఈ రోజున యేసు మనతో వున్నారు, తాను గలిలియ రోడ్లపైన ప్రజలకు సాయపడినప్పటికీ మన సాయం కోరుతున్నారు. యేసును అనుసరించడంలో మనకి అవరోధం కలిగించే దేని నుంచైనా మనకు స్వస్థత కావలసివస్తే మనం యేసును పిలవవచ్చు.

స్త్రోత్రం

ప్రార్థన

1. మీకు తెలిసి దారితప్పిన వ్యక్తులని రక్షించేందుకు మనం ఎలా ప్రార్థించగలం?

2. మీరు శిక్షణ ఇస్తున్న బృందం కోసం మనం ఎలా ప్రార్థించగలం?

అధ్యయనం

పెట్రోలు అయిపోవడం

సమీక్ష

యేసును అనుసరించేందుకు మనకు సాయపడే ఎనిమిది చిత్రాలు ఏవి?

బహుళంకావడం

ఒక సేవకుడు చేసే మూడు పనులేమిటి?

మానవునికి భగవంతుడి తొలి ఆజ్ఞ ఏమిటి?

మానవునికి యేసు ఇచ్చిన చివరి ఆజ్ఞ ఏమిటి?

నేను ఎలా ఫలప్రదంగా, విస్తరించగలను?

ఇజ్రాయిల్ వద్దగల రెండు సముద్రాలు ఏవి?

అవి ఎందుకు ఎంతో భిన్నమైనవి?

మీరు దేనిలా వుండాలని కోరుకుంటున్నారు?

ప్రేమ

గొర్రెలకాపరి చేసే మూడు పనులేమిటి?

ఇతరులకు బోధించాల్సిన అతి ముఖ్యమైన ఆజ్ఞ ఏది?

ప్రేమ ఎక్కడినుంచి వస్తుంది?

సరళమైన ఆరాధన అంటే ఏమిటి?

మనకి సరళమైన ఆరాధన ఎందుకు వుంది?

సరళ ఆరాధన నిర్వహించేందుకు ఎంత మంది అవసరం వుంటుంది?

ప్రార్థన

ఒక పరిశుద్ధుడైన వ్యక్తి చేసే మూడు పనులేమిటి?

మనం ఎలా ప్రార్థించాలి?

మనకు దేవుడు ఎలా సమాధానమిస్తాడు?

దేవుని ఫోన్ నెంబరు ఏమిటి?

విధేయత

ఒక సేవకుడు చేసే మూడు పనులేమిటి?

అత్యున్నత అధికారం ఎవరిది?

ప్రతి విశ్వాసికి యేసు ఇచ్చిన మూడు ఆజ్ఞలేమిటి?

మనం యేసు ఆజ్ఞను ఎందుకు పాటించాలి?

మనకు యేసు చేసిన ప్రమాణమేమిటి?

యేసు దేన్ని ఇష్టపడతారు?

-- మత్తయి 3:16-17-- "యేసు బాప్తిస్మము పొందిన వెంటనే నీళ్లలలోనుండి ఒడ్డునకు వచ్చెను; ఇదిగో ఆకాశము తెరవబడెను, దేవుని ఆత్మ పావురమువలె దిగి తనమీదికి వచ్చుట చూచెను. మరియుఇదిగో ఈయనే నా ప్రియ కుమారుడు, ఈయనయందు నేనానందించు చున్నానని యొక శబ్దము ఆకాశమునుండి వచ్చెను."

మీరు తింటున్నప్పుడు చేసినట్టుగా నోటివైపు చేతులను కజపండి. కుమారులు ఎక్కువగా తింటారు!

ఒక కుమారుడు చేసే మూడు పనులేమిటి?

-- యోహాను 17:14, 18-21—(యేసు చెప్పెను...)
చేయుటకు నీవు నాకిచ్చిన పని నేను సంపూర్ణముగా నెరవేర్చి భూమిమీద నిన్ను మహిమ పరచితిని. నీవు నన్ను లోకమునకు పంపిన ప్రకారము నేనును వారిని లోకమునకు పంపితిని. వారును సత్యమందు ప్రతిష్ఠచేయ బడునట్లు వారికొరకై నన్ను ప్రతిష్ఠ చేసికొనుచున్నాను. మరియు నీవు నన్ను పంపితివని లోకము నమ్మునట్లు, తండ్రీ, నాయందు నీవును నీయందు నేనును ఉన్నలాగున, వారును మనయందు ఏకమైయుండవలెనని వారికొరకు మాత్రము నేను ప్రార్థించుటలేదు; వారి వాక్యమువలన నాయందు విశ్వాసముంచువారందరును ఏకమైయుండవలెనని వారి కొరకును ప్రార్థించుచున్నాను. (NLT)

1. ______________________________

2. ______________________________

3. ______________________________

యేసు పరిచర్య ఎందుకు విజయవంతమవుతుంది?

--లూకా 4:14—(అతని దురాకర్షణ తర్వాత) అప్పుడు యేసు, ఆత్మ బలముతో గలిలయకు తిరిగి వెళ్లెను; ఆయననుగూర్చిన సమాచారము ఆ ప్రదేశమం దంతట వ్యాపించెను (NASB)

____

శిలువకు ముందు పరిశుద్ధాత్మ గురించి విశ్వాసులకు యేసు ఇచ్చిన హామీ ఏమిటి?

*-- యోహాను **14:16-18** -- నేను తండ్రిని వేడుకొందును, మీయొద్ద ఎల్లప్పుడు నుండుటకై ఆయన వేరొక ఆదరణకర్తను, అనగా సత్యస్వరూపి యగు ఆత్మను మీకనుగ్రహించును. లోకము ఆయ నను చూడదు, ఆయనను ఎరుగదు గనుక ఆయనను పొంద నేరదు; మీరు ఆయనను ఎరుగుదురు. ఆయన మీతో కూడ నివసించును, మీలో ఉండును. మిమ్మును అనాథలనుగా విడువను, మీ యొద్దకు వత్తును.*

1. ____________________

2. ____________________

3. ____________________

4. ____________________

తన పునరుద్ధానం తర్వాత పరిశుద్ధాత్మ గురించి తన విశ్వాసులకు యేసు చేసిన ప్రమాణమేమిటి?

*--కార్యములు **1:8**:-- అయినను పరిశుద్ధాత్మ మీ మీదికి వచ్చునప్పుడు మీరు శక్తినొందెదరు గనుక మీరు యెరూషలేములోను, యూదయ సమరయ దేశముల యందంతటను భూదిగంత ముల వరకును నాకు సాక్షులైయుందురని వారితో చెప్పెను. (NLT)*

____

పరిశుద్ధాత్మకు సంబంధించి పాటించదగిన నాలుగు ఆజ్ఞలేమిటి?

--గలతీయులకు 5:16 -- నేను చెప్పునదేమనగా ఆత్మానుసారముగా నడుచుకొనుడి, అప్పుడు మీరు శరీరేచ్ఛను నెరవేర్చరు. (NASB)

1. ______________________________

✋ రెండు చేతులపై వేళ్ళను “నడిపించండి”.

--ఎఫెసీయులకు 4:30 -- దేవుని పరిశుద్ధాత్మను దుఃఖపరచకుడి; విమోచనదినమువరకు ఆయనయందు మీరు ముద్రింపబడి యున్నారు.

2. ______________________________

✋ మీరు ఏడుస్తున్నట్టు కళ్ళు నులుముకోండి, తర్వాత తలను “లేదు” అనే సంకేతం ఇచ్చేలా ఊపండి.

-- ఎఫెసీయులకు 5:16 -- మద్యముతో మత్తులైయుండకుడి, దానిలో దుర్వ్యాపారము కలదు; అయితే ఆత్మ పూర్ణులైయుండుడి.... (NLT)

3. ______________________________

✋ మీ పాదాలనుంచి తల పైభాగం వరకూ రెండు చేతులతో ప్రవహించే కదలికను చూపండి.

-- థెస్సలొనీకయులకు 5:19 -- ఆత్మను ఆర్పకుడి; (NASB)

4. ______________________________

✋ కుడిచేతి చూపుడువేలిని ఒక కొవ్వొత్తి మాదిరిగా వుంచండి. దాన్ని ఆర్పేసేందుకు ప్రయత్నిస్తున్నట్టు

నటించండి. మీ తలను “వద్దు” అని సంకేతం ఇచ్చేలా ఊపండి.

జ్ఞాపక వాక్యం

-- యోహాను 7:38 -- నాయందు విశ్వాసముంచు వాడెవడో లేఖనము చెప్పినట్టు ‘వాని కడుపులోనుండి జీవ జలనదులు పారు’నని బిగ్గరగా చెప్పెను. (NLT)

అభ్యాసం

“సమావేశ స్థలానికి చాలా దూరంగా నివసిస్తున్న జోడీలోని వ్యక్తి నాయకుడవుతారు.”

ముగింపు

యేసు ఇక్కడ వున్నారు

--హెబ్రీయులకు 13:8-- యేసుక్రీస్తు నిన్న, నేడు, ఒక్కటేరీతిగా ఉన్నాడు; అవును యుగయుగములకును ఒక్కటే రీతిగా ఉండును. (CEV)

--మత్తయి 15:30-31-- బహు జనసమూహములు ఆయనయొద్దకు కుంటివారు గ్రుడ్డివారు మూగవారు అంగహీనులు మొదలైన అనేకులను తీసికొనివచ్చి ఆయన పాదములయొద్ద పడవేసిరి; ఆయన వారిని స్వస్థపరచెను. మూగవారు మాటలాడుటయును అంగహీనులు బాగుపడుటయును కుంటివారు నడుచుటయును గ్రుడ్డివారు చూచుటయును జనసమూహము చూచి ఆశ్చర్యపడి ఇశ్రాయేలు దేవుని మహిమ పరచిరి. (NASB)

-- యోహాను 10:10 -- దొంగ దొంగతనమును హత్యను నాశనమును చేయుటకు వచ్చును గాని మరిదేనికిని రాడు; గొఱ్ఱెలకు జీవము కలుగుటకును అది సమృద్ధిగా

కలుగుటకును నేను వచ్చితినని మీతో నిశ్చయముగా చెప్పుచున్నాను.

7

వెళ్ళు

వెళ్ళడం యేసును ఒక వెతికేవానిగా పరిచయం చేస్తుంది: వెతికేవారు కొత్త ప్రదేశాలకోసం, తప్పిపోయిన వ్యక్తులకోసం, కొత్త అవకాశాలకోసం అన్వేషిస్తారు. తాను ఎక్కడికి వెళ్ళాలో, పరిచర్య చేయాలో యేసు ఎలా నిర్ణయించుకున్నారు? ఆయన తనంతట తానుగా అది చేయలేదు; దేవుడు ఎక్కడ పనిచేస్తున్నాడో ఆయన చూశారు; దేవునితో ఆయన కలిశారు; తనను దేవుడు ప్రేమిస్తున్నట్టు, తనకు దాన్ని ప్రదర్శిస్తున్నట్టు ఆయన తెలుసుకున్నారు. ఎక్కడ పరిచర్య చేయాలో మనం ఎలా నిర్ణయించుకోవాలి? యేసు చేసిన విధంగానే చేయాలి.

దేవుడు ఎక్కడ పనిచేస్తాడు? ఆయన పేదలు, ఖైదీలు, అస్వస్థులు, అణగారినవారిమధ్య వుంటాడు. దేవుడు పనిచేసే మరో ప్రదేశం మన కుటుంబాలలో. మన కుటుంబం మొత్తాన్ని కాపాడాలని ఆయన కోరుకుంటాడు. దేవుడు ఎక్కడ పనిచేస్తాడో తెలుసుకునేందుకు తమ కార్యములు 29 మ్యాప్ లో వ్యక్తులను, ప్రదేశాలను అభ్యాసకులు గుర్తించాలి.

స్తోత్రం

ప్రార్థన

1. దారితప్పిన వ్యక్తుల్లో మీకు తెలిసి రక్షించాల్సిన వారికోసం మనం ఎలా ప్రార్థించాలి?

2. మీరు శిక్షణలో వున్న బృందంకోసం మనం ఎలా ప్రార్థించాలి?

అధ్యయనం

సమీక్ష

జీసస్ ను అనుసరించేందుకు ఏ ఎనిమిది చిత్రాలు మనకి దోహదం చేస్తాయి?

ప్రేమ

గొర్రెల కాపరి చేసే మూడు పనులు ఏమిటి?

ఇతరులకి బోధించే అత్యంత ముఖ్యమైన ఆజ్ఞ ఏమిటి?

ప్రేమ ఎక్కడి నుంచి వస్తుంది?

నిరాడంబర ఆరాధన అంటే ఏమిటి?

మనకి నిరాడంబర ఆరాధన ఎందుకు వుంది?

నిరాడంబర ఆరాధన నిర్వహించడానికి ఎంత మంది అవసరం అవుతారు?

ప్రార్థన

దేవదూత చేసే మూడు పనులు ఏమిటి?

మనం ఎలా ప్రార్థించాలి?

దేముడు మనకి ఎలా జవాబు చెబుతారు?

దేముని ఫోన్ నెంబుర ఏమిటి?

విధేయత

ఒక సేవకుడు చేసే మూడు పనులేమిటి?

అత్యున్నత అధికారి ఎవరిది?

ప్రతి విశ్వాసికి యేసు ఇచ్చిన నాలుగు ఆజ్ఞలేమిటి??

మనం యేసు ఆజ్ఞను ఎలా పాటించాలి?

ప్రతి విశ్వాసికి యేసు చేసిన వాగ్ధానం ఏమిటి?

నడక

కుమారుడు చేసే మూడు పనులేమిటి?

యేసు పరిచర్యలో మూలమైన శక్తి ఏది?

శిలువకుముందు పరిశుద్ధాత్మ గురించి విశ్వాసులకు యేసు ఏమని వాగ్దానం చేశారు?

తన పునరుద్ధానం తర్వాత పరిశుద్ధాత్మ గురించి విశ్వాసులకు యేసు ఏమని ప్రమాణం చేశారు?

పరిశుద్ధాత్మకోసం అనుసరించాల్సిన నాలుగు ఆజ్ఞలు ఏవి?

యేసు దేనిని ఇష్టపడతారు?

--లూకా 19:10 -- నశించినదానిని వెదకి రక్షించుటకు మనుష్యకుమారుడు వచ్చెనని అతనితో చెప్పెను. (NASB)

కళ్ళకు పైన చేతిని వుంచి వెనక్కి, ముందుకి చూడండి

అన్వేషకుడు చేసే మూడు విషయాలు ఏమిటి?

-- మార్కు 1:37, 38-- ఆయనను కనుగొని, “అందరు నిన్ను వెదకుచున్నారు!” అని ఆయనతో చెప్పగా, యేసు ఇట్లు బదులిచ్చెను, “ఇతర సమీప గ్రామములలోను నేను ప్రకటించునట్లు వెళ్ళుదము రండి; యిందునిమిత్తమే

గదా నేను బయలుదేరి వచ్చితిని."

1. ______________________________

2. ______________________________

3. ______________________________

ఎక్కడ పరిచర్య చేయాలో యేసు ఎలా నిర్ణయిస్తారు?

-- యోహాను 5:19, 20 -- యేసు వారికి ఇట్లు ప్రత్యుత్తరమిచ్చెను: "తండ్రి యేది చేయుట కుమారుడు చూచునో, అదే కాని తనంతట తాను ఏదియు చేయనేరడు; ఆయన వేటిని చేయునో, వాటినే కుమారుడును ఆలాగే చేయును. తండ్రి, కుమారుని ప్రేమించుచు, తాను చేయువాటి నెల్లను ఆయనకు అగపరచుచున్నాడని మీతో నిశ్చయముగా చెప్పుచున్నాను. మరియు మీరు ఆశ్చర్య పడునట్లు వీటికంటె గొప్ప కార్యములను ఆయనకు అగపరచును."

1. ______________________________

గుండెపై ఒక చేతిని వుంచి, తలను 'కాదు' అన్నట్టు ఊపండి.

2. ______________________________

ఒక చేతిని కళ్ళపై వుంచి; ఎడమ, కుడివైపుల్లో వెతకండి.

3. ______________________________

మీ ముందున్న ఒక ప్రదేశంవైపు చేతిని చూపించి, అవును అన్నట్టుగా తల ఆడించండి.

4. ______________________________

ప్రార్థిస్తున్నట్టుగా చేతులు పైకెత్తి, ఆ తర్వాత వాటిని మీ గుండెపై అడ్డంగా వుంచండి.

ఎక్కడ పరిచర్య చేయాలో ఎలా నిర్ణయించుకోవాలి?

--1యోహాను 2:5, 6-- ఆయన వాక్యము ఎవడు గైకొనునో వానిలో దేవుని ప్రేమ నిజముగా పరిపూర్ణమాయెను. ఆయనయందు నిలిచియున్నవాడనని చెప్పుకొనువాడు ఆయన ఏలాగు నడుచుకొనెనో ఆలాగే తానును నడుచుకొన బద్ధుడైయున్నాడు. మనమాయనయందున్నామని దీనివలన తెలిసికొనుచున్నాము. *(NLT)*

దేవుడు పనిచేస్తున్నట్టయితే మనకు ఎలా తెలుస్తుంది?

యోహాను 6:44 -- నన్ను పంపిన తండ్రి వానిని ఆకర్షించితేనే గాని యెవడును నా యొద్దకు రాలేడు; అంత్యదినమున నేను వానిని లేపుదును.

యేసు ఎక్కడ పనిచేస్తారు?

-- లూకా 4:18, 19-- ప్రభువు ఆత్మ నామీద ఉన్నది బీదలకు సువార్త ప్రకటించుటకై ఆయన నన్ను అభిషేకించెను చెరలోనున్నవారికి విడుదలను, గ్రుడ్డివారికి చూపును, (కలుగునని) ప్రకటించుటకును నలిగి, ప్రభువు హితవత్సరము ప్రకటించుటకును ఆయన నన్ను పంపియున్నాడు. అని వ్రాయబడిన చోటు ఆయనకు దొరకెను. *(NASB)*

1. ____

2. ____

3. ____

4. ____

యేసు పనిచేసే మరో ప్రదేశం ఏమిటి?

దెయ్యం-పట్టిన మనిషి- మార్క్ 5

కార్నిలియస్- కార్యములు 10

ఫిలిప్పిలోని కారాగారాధిపతి – కార్యములు 19

జ్ఞాపక వాక్యం

-- యోహాను 12:26 -- ఒకడు నన్ను సేవించినయెడల నన్ను వెంబడింపవలెను; అప్పుడు నేను ఎక్కడ ఉందునో అక్కడ నా సేవకుడును ఉండును; ఒకడు నన్ను సేవించినయెడల నా తండ్రి అతని ఘనపరచును. (NLT)

సాధన

“ఎక్కువమంది సోదరులు, సోదరీమణులుగల జోడీలోని వ్యక్తి నాయకుడవుతారు.”

ముగింపు

కార్యములు 20 మ్యాప్-రెండో భాగం ☛

8

పంచు

పంచుకోవడం యేసును ఒక సైనికునిగా పరిచయం చేస్తుంది: శత్రువులతో సైనికులు పోరాడుతారు, కష్టాలను సహిస్తారు, ఖైదీలకు స్వేచ్ఛను అందిస్తారు. యేసు ఒక సైనికుడు; మనం ఆయనను అనుసరించినప్పుడు, మనం కూడా సైనికులవుతారు.

యేసు పనిచేసేచోట మనం ఆయనతో కలిసిన వెంటనే, మనం ఆధ్యాత్మిక యుద్ధాన్ని ఎదుర్కొంటాం. విశ్వాసులు సైతానును ఎలా ఓడిస్తారు? శిలువపై యేసు మరణించడంద్వారా, సాక్ష్యాన్ని పంచుకోవడంద్వారా, మన విశ్వాసంకోసం మరణించడానికైనా భయపడకపోవడంద్వారా మనం సైతానును ఓడించగలం.

నేను యేసును కలవడానికి ముందు, నేను యేసును ఎలా కలిశాను, యేసుతో కలిసి వర్ధిల్లడంవల్ల నా జీవితంలో వచ్చిన మార్పు అంశాలతో కూడిన నా కథతో కలిసి ఒక శక్తివంతమైన సాక్ష్యం వుంటుంది. పంచుకోవడాన్ని మూడు లేదా నాలుగు నిమిషాలకు మనం పరిమితం చేసుకున్నప్పుడు, మన మతాంతరీకరణ వయసును పంచుకోనప్పుడు (ఎందుకంటే వయసు ప్రధానం కాదు), మనం ఉపయోగించే భాషను విశ్వాసులు సులభంగా అర్థం చేసుకోగలిగినప్పుడు సాక్ష్యాలు అత్యంత శక్తివంతంగా వుంటాయి.

ఈ తరగతి ఒక పోటీతో ముగుస్తుంది: దారితప్పిన 40మంది వ్యక్తుల పేర్లను ఎవరు అతి త్వరగా రాయగలరు. మొదటి, రెండు, మూడు స్థానాలకు బహుమతులు ఇస్తారు, అయితే చివరికల్లా ప్రతిఒక్కరూ బహుమతులు పొందుతారు, ఎందుకంటే మన సాక్ష్యాన్ని ఎలా ఇవ్వాలన్నది మనం తెలుసుకున్నప్పుడు మనమందరం “విజేతలమే.

స్తోత్రం

ప్రార్థన

1. దారితప్పిన వ్యక్తుల్లో మీకు తెలిసి రక్షించాల్సిన వారికోసం మనం ఎలా ప్రార్థించాలి?

2. మీరు శిక్షణ ఇస్తున్న బృందంకోసం మనం ఎలా ప్రార్థించాలి?

అధ్యయనం

సమీక్ష

జీసస్ ను అనుసరించేందుకు ఏ ఎనిమిది చిత్రాలు మనకి దోహదం చేస్తాయి?

ప్రార్థన

దేవదూత చేసే మూడు పనులు ఏమిటి?

మనం ఎలా ప్రార్థించాలి?

దేవుడు మనకి ఎలా జవాబు చెబుతారు?

దేవుని ఫోన్ నెంబర్ ఏమిటి?

విధేయత

ఒక సేవకుడు చేసే మూడు పనులేమిటి?

అత్యున్నత అధికారం ఎవరిది?

ప్రతి విశ్వాసికి యేసు ఇచ్చిన నాలుగు ఆజ్ఞలేమిటి?

యేసుకు మనం ఏ విధంగా విధేయత చూపాలి?

ప్రతి విశ్వాసికి యేసు చేసిన వాగ్ధానం ఏమిటి?

నడక

కుమారుడు చేసే మూడు పనులేమిటి?

యేసు పరిచర్యలో మూలమైన శక్తి ఏది?

శిలువ ఎక్కడానికి ముందు పరిశుద్ధాత్మ గురించి విశ్వాసులకు యేసు ఏమని వాగ్దానం చేశారు?

తన పునరుద్ధానం తర్వాత పరిశుద్ధాత్మ గురించి విశ్వాసులకు యేసు ఏమని ప్రమాణం చేశారు?

పరిశుద్ధాత్మకోసం అనుసరించాల్సిన నాలుగు ఆజ్ఞలు ఏవి?

వాళ్ళు

అన్వేషకుడు చేసే మూడు పనులేమిటి?

ఎక్కడ పరిచర్య చేయాలో యేసు ఎలా నిర్ణయించుకున్నారు?

ఎక్కడ పరిచర్య చేయాలో మనం ఎలా నిర్ణయించుకోవాలి?

దేవుడు పనిచేస్తున్నట్టయితే మనం ఎలా తెలుసుకోవాలి?

యేసు ఎక్కడ పనిచేస్తారు?

యేసు పనిచేసే మరో ప్రదేశం ఏమిటి?

యేసు దేనిని ఇష్టపడతారు?

- మత్తయి 26:53 -- నేను నా తండ్రిని సహాయం కావాలని అడగలేననుకొన్నావా? నేను అడిగిన వెంటనే పన్నెండు దళాలకంటే ఎక్కువ మంది దేవదూతల్ని పంపుతాడు. (CEV)

కత్తిని పైకెత్తండి

ఒక సైనికుడు చేసే మూడు పనులేమిటి?

--మత్తయి 1:12-15-- వెంటనే దేవుని ఆత్మ యేసును ఎడారి ప్రాంతానికి తీసుకువెళ్ళాడు. ఆయన అక్కడ నలభై రోజులున్నాడు. సైతాను ఆయన్ని పరీక్షించాడు. ఆయన మృగాల మధ్య జీవించాడు. దేవదూతలు ఆయనకు పరిచర్యలు చేసారు. యోహాను చెరసాలలో వేయబడ్డాడు. యేసు గలిలయకు వెళ్ళి దేవుని సువార్తను ప్రకటించాడు. ఆయన, "దేవుని రాజ్యం వస్తుంది. ఆ సమయం దగ్గరకు వచ్చింది. మారుమనస్సు పొంది సువార్తను విశ్వసించండి" అని ప్రకటించాడు. *(CEV)*

1. ______________________________

2. ______________________________

3. ______________________________

మనం సైతానును ఎలా ఓడిస్తాం?

--ప్రకటన 12:11 -- గొఱ్ఱెపిల్ల రక్తంతో, తాము బోధించిన సత్యంతో మన సోదరులు వాణ్ణి ఓడించారు. వాళ్ళు తమ జీవితాల్ని, చావుకు భయపడేటంతగా ప్రేమించలేదు. *(NLT)*

1. ______________________________

మీ రెండు అరచేతులను మీ మధ్య వేలితో చూపండి - శిలువ వేయడానికి గుర్తుగా తెలిపే భాష.

2. ______________________________

✋ మీరు ఎవరితోనో మాట్లాడుతున్నట్టుగా నోటిచుట్టూ చేతులను కప్పుకోండి.

3. ______________________________

✋ గొలుసుల్లో వున్నట్టుగా మణికట్లను దగ్గరగా వుంచండి.

శక్తివంతమైన ఒక సాక్ష్యం సారాంశం ఏమిటి?

1. ______________________________

✋ మీకు ఎదురుగా ఎడమవైపును చూపండి.

2. ______________________________

✋ మీకు ఎదురుగా మధ్యవైపును చూపండి

3. ______________________________

✋ మీ కుడిపక్కకు తిరిగి, చేతులను పైకి, కిందికి కదల్చండి.

4. ______________________________

✋ మీ కణత దగ్గర చేతివేలు పెట్టుకోండి – మీరు ఒక ప్రశ్నకు జవాబు ఆలోచిస్తున్నట్టు.

అనుసరించాల్సిన కొన్ని ముఖ్య మార్గదర్శకాలు ఏవి?

1. ______________________________

2. ______________________________

3. ____

జ్ఞాపక వాక్యం

-- 1 కొరింథీయులకు 15:3,4-- ను పొందిన దాన్ని మీకు మొదట అందించాను. లేఖనాల్లో వ్రాయబడిన విధంగా క్రీస్తు మన పాపాల నిమిత్తం మరణించాడు. లేఖనాల్లో వ్రాయబడిన విధంగా ఆయన పాతి పెట్టబడి మూడవ రోజున బ్రతికింపబడ్డాడు....

సాధన

“గట్టిగా చెప్పగలిగే వ్యక్తి నాయకుడవుతారు, ముందుగా చెప్పే వ్యక్తి అవుతారు.”

ఉప్పు, చక్కెర ☛

ముగింపు

దారితప్పిన 40 మంది వ్యక్తుల పేర్లు ఎవరు వేగంగా జాబితా రాశారు? ☛

9

విత్తుట

విత్తుట యేసును విత్తనాలు చల్లేవానిగా పరిచయం చేస్తుంది: విత్తనాలు నాటేవారు విత్తనాల్ని చల్లుతారు, తమ పొలాలను కాపాడుకుంటారు, గొప్ప ఫలసాయాన్ని చూసి ఆనందపడతారు. యేసు ఒక విత్తనాలు నాటేవాడు, ఆయన మనలో జీవిస్తున్నారు; మనం ఆయనను అనుసరించినట్టయితే, మనం కూడా విత్తనాలు నాటేవారం అవుతాం. మనం కొద్దిగా నాటినప్పుడు, కొద్ది ఫలసాయం వస్తుంది, మనం ఎక్కువగా నాటినట్టయితే, మనం ఎక్కువ దిగుబడి వస్తుంది.

ప్రజల జీవితాల్లో మనం నాటేది ఏమిటి? కేవలం సామాన్యమైన సువార్త వారిని మార్చి, దేవుడి కుటుంబంలోకి తిరిగి తెస్తుంది. ఒక వ్యక్తి జీవితంలో దేవుడు పనిచేస్తున్నాడని మనం ఒకసారి తెలుసుకుంటే, మనం సామాన్యమైన సువార్తను వారితో పంచుకోగలం. వారిని రక్షించేది భగవంతుని శక్తేనని మనం తెలుసుకుంటాం.

స్తోత్రం

ప్రార్థన

1. దారితప్పిన వ్యక్తుల్లో మీకు తెలిసి రక్షించాల్సివున్న వారికోసం మనం ఎలా ప్రార్థించాలి?

2. మీరు శిక్షణ ఇస్తున్న బృందంకోసం మనం ఎలా ప్రార్థించగలం?

అధ్యయనం

సమీక్ష

ప్రతి సమీక్ష కార్యక్రమం ఒకేలా వుంటుంది. నిలబడి, ఇంతకుముందు నేర్చుకున్న పాఠాలను అప్పగించాలని అభ్యాసకులను అడగాలి. వారు చేతులను కదిలించేలా కూడా చూడాలి. గత నాలుగు పాఠాలను సమీక్షించాలి.

జీసన్ ను అనుసరించేందుకు ఏ ఎనిమిది చిత్రాలు మనకి దోహదం చేస్తాయి?

సైనికుడు, అన్వేషకుడు, గొర్రెలకాపరి, విత్తేవాడు, కుమారుడు, దేవదూత, సేవకుడు, కార్యదక్షుడు

విధేయత

ఒక సేవకుడు చేసే మూడు పనులేమిటి?

అత్యున్నత అధికారం ఎవరిది?

ప్రతి విశ్వాసికి యేసు ఇచ్చిన నాలుగు ఆజ్ఞలేమిటి?

యేసుకు మనం ఏ విధంగా విధేయత చూపాలి?

ప్రతి విశ్వాసికి యేసు చేసిన వాగ్ధానం ఏమిటి?

నడక

కుమారుడు చేసే మూడు పనులేమిటి?

యేసు పరిచర్యలో మూలమైన శక్తి ఏది?

శిలువ ఎక్కడానికి ముందు పరిశుద్ధాత్మ గురించి విశ్వాసులకు యేసు ఏమని వాగ్దానం చేశారు?

తన పునరుద్ధానం తర్వాత పరిశుద్ధాత్మ గురించి విశ్వాసులకు యేసు ఏమని ప్రమాణం చేశారు?

పరిశుద్ధాత్మకోసం అనుసరించాల్సిన నాలుగు ఆజ్ఞలు ఏవి?

వెళ్ళు

అన్వేషకుడు చేసే మూడు పనులేమిటి?

ఎక్కడ పరిచర్య చేయాలో యేసు ఎలా నిర్ణయించుకున్నారు?

ఎక్కడ పరిచర్య చేయాలో మనం ఎలా నిర్ణయించుకోవాలి?

దేవుడు పనిచేస్తున్నట్టు మనం ఎలా తెలుసుకోవాలి?

యేసు ఎక్కడ పనిచేస్తున్నారు?

యేసు పనిచేసే మరో ప్రదేశం ఏమిటి?

పంచు

ఒక సైనికులు చేసే మూడు విషయాలు ఏమిటి?

మనం సైతాన్ ను ఎలా ఓడించగలం?

శక్తివంతమైన సాక్ష్యం సారాంశం ఏమిటి?

పాటించాల్సిన ముఖ్యమైన కొన్ని మార్గదర్శకాలు ఏమిటి?

యేసు ఎలా వుంటారు?

-- మత్తయి 13:36,37 -- ఆ తర్వాత ఆయన ప్రజల్ని వదలి యింట్లోకి వెళ్ళాడు. ఆయన శిష్యులు వచ్చి ఆయన్ని, "పొలంలోని కలుపు మొక్కల ఉపమానాన్ని గురించి మాకు వివరంగా చెప్పండి" అని అడిగారు. యేసు ఈ విధంగా సమాధానం చెప్పాడు: "మంచి విత్తనాన్ని నాటుతున్న వాడు మనుష్య కుమారుడు. (NASB)

చేతితో విత్తులు చల్లండి

విత్తులు నాటేవారు చేసే మూడు పనులు ఏమిటి?

--మార్క్ 4:26-29 -- యేసు మళ్ళీ ఈ విధంగా అన్నాడు: “దేవుని రాజ్యం ఈ విధంగా ఉంటుంది. ఒక వ్యక్తి విత్తనాలను భూమ్మీద చల్లుతాడు. అవి రాత్రి, పగలు, అతడు పడుకొని ఉన్నా, లేచివున్నా మొలకెత్తి పెరుగుతూ ఉంటాయి. అవి ఏ విధంగా పెరుగుతున్నాయో అతనికి తెలియదు. భూమి తనంతకు తానే ధాన్యాన్ని పండిస్తుంది. మొదట మొలక వేసి ఆ తర్వాత కంకువేసి, ఆ కంకి నిండా ధాన్యం పండుతుంది. పంటకాలం వరకు ఆ ధాన్యం పూర్తిగా పండిపోతుంది. వెంటనే, రైతు కొడవలిపెట్టి కోస్తాడు.” (CEV)

1. ______________________________

2. ______________________________

3. ______________________________

సామాన్యమైన సువార్త అంటే ఏమిటి?

-- లూకా 24: 1 -7 -- ఆదివారం తెల్లవారుఝామున ఆ స్త్రీలు తాము సిద్ధం చేసిన సుగంధ ద్రవ్యాలను తీసుకొని సమాధి దగ్గరకు వెళ్ళారు. సమాధికి ఉన్న రాయి త్రోసి వేయబడి ఉండటం గమనించి లోపలికి వెళ్ళి చూసారు. అక్కడ వాళ్ళకు యేసు ప్రభువు దేహం కనిపించలేదు. దీన్ని గురించి వాళ్ళింకా ఆశ్చర్యపడుతుండగా అకస్మాత్తుగా యిద్దరు వ్యక్తులు ప్రత్యక్షమై వాళ్ళ ప్రక్కన నిలుచున్నారు. వాళ్ళ దుస్తులు మెరుపువలె మెరుస్తూ ఉన్నాయి. భయంతో ఆ స్త్రీలు ముఖాల్ని వంచుకొన్నారు. ఆ దేవదూతలు, “మీరు బ్రతికి ఉన్నవాని కోసం చనిపోయిన వాళ్ళ మధ్య ఎందుకు

వెతుకుతున్నారు?ఆయన బ్రతికి, యిక్కడినుండి వెళ్లిపోయాడు. ఆయన మీతో కలిసి గలిలయలో ఉన్నప్పుడు, 'మనుష్యకుమారుడు పాపాత్ములకు అప్పగింపబడాలి; సిలువ మీద చంపబడాలి. మూడవ రోజు బ్రతికి రావాలి!' అని అన్న విషయం మీకు జ్ఞాపకం లేదా!" అని అన్నారు.

మొదటిది...

1. ____

మీ చేతులతో ఒక పెద్ద వృత్తాన్ని తయారుచేయండి.

2. ____

చేతులను దగ్గరచేసి బిగించండి.

రెండవది...

1. ____

పిడికిళ్లు ఎత్తి, పోరాడుతున్నట్టు ఊహించండి.

2. ____

చేతులు దగ్గరగా బిగించి, ఆ తర్వాత వాటిని దూరంగా వేరుచేయండి.

మూడవది...

1. ____

చేతులు తలపైకి ఎత్తి, కిందికి దించుతున్నట్టు కదల్చండి.

2. ______________________________

ప్రతి చేయి మధ్యవేలిని ఇంకో చేతి అరచేతిలో పెట్టండి.

3. ______________________________

కుడిచేతితో ఎడమ మోచేతిని ఎత్తి, పూడ్చిపెడుతున్నట్టుగా కుడిచేతిని వెనక్కి కదపండి.

4. ______________________________

మూడు వేళ్ళతో చేతిని వెనక్కి లేపండి.

5. ______________________________

అరచేతులు బయటివైపు వుండేలా చేతులను కిందికి తేండి. తర్వాత, మీ చేతులను పైకెత్తి, వాటిని మీ గుండెపై అడ్డంగా వుంచండి.

నాలుగవది...

1. ______________________________

మీరు విశ్వసించేవారివైపు చేతులు పైకెత్తండి.

2. ______________________________

అరచేతులను వెనక్కుతిప్పి ముఖాన్ని కప్పుకోండి; ముఖాన్ని పక్కకు తిప్పుకోండి.

3. ______________________________

చేతులను దోసిలిపట్టండి.

4. ______________________________

✋ చేతులను కలిపి బిగించండి.

జ్ఞాపక వాక్యం

-- లూకా 8:15 -- సారవంతమైన నేలపై బడ్డ విత్తనాల సంఘటనకు అర్థం యిది: కొందరు ఉత్తమమైన మంచి మనస్సుతో విని, విన్న వాటిని హృదయాల్లో దాచుకొని పట్టుదలతో మంచి ఫలాన్నిస్తారు.

సాధన

ముగింపు

కార్యాలు 29: 21 ఎక్కడ వుంది? ☛

కార్యములు 29 మ్యాప్ – 3వ భాగం ☛

10

చేపట్టు

చేపట్టు తరగతుల ముగింపు సమావేశం. మన శిలువను తీసుకొని, ప్రతిరోజూ ఆయనను అనుసరించేందుకు యేసు మనకు ఆజ్ఞ ఇచ్చారు. కార్యములు 29 మ్యాప్ అనేది శిలువకు చెందిన ఒక చిత్రం, గాన్ని మోయాల్సిందిగా ప్రతి అభ్యాసకుడికి యేసు పిలుపునిచ్చారు.

ఈ చివరి సమావేశంలో, తమ కార్యములు 29 మ్యాప్ ను బృందానికి అభ్యాసకులు ప్రదర్శించాలి. ప్రతి ప్రదర్శన తర్వాత,ప్రదర్శించినవ్యక్తిపై బృందంచేతులువుంచి,దేవుని ఆశీస్సులకోసం,వారిపరిచర్యపై అభిషేకంకోసంప్రార్థించాలి. ఆ తర్వాత "నీ శిలువ తీసుకో, యేసును అనుసరించు," అనే ఆజ్ఞను మూడుసార్లు తిరిగి చెప్పడంద్వారా ప్రదర్శకుడిని బృందం సవాల్ చేయాలి. అందరూ పూర్తిచేసేవరకూ అభ్యాసకులు తమ కార్యములు 29 మ్యాప్ ను ప్రదర్శించాలి. శిష్యులను తయారుచేస్తామనే నిబద్ధతతో ఆరాధనాగీతంతోను ఒక గుర్తింపుపొందిన ఆధ్యాత్మిక నాయకునితో ముగింపు ప్రార్థనతోను శిక్షణ సమయం ముగుస్తుంది.

స్తుతి

ప్రార్థన

సమీక్ష

జీసస్ ను అనుసరించేందుకు ఏ ఎనిమిది చిత్రాలు మనకి దోహదం చేస్తాయి?

బహుళంకావడం

ఒక సేవకుడు చేసే మూడు పనులేమిటి?

మానవునికి భగవంతుడి తొలి ఆజ్ఞ ఏమిటి?

మానవునికి యేసు ఇచ్చిన చివరి ఆజ్ఞ ఏమిటి?

నేను ఎలా ఫలప్రదంగా, విస్తరించగలను?

ఇజ్రాయిల్ వద్దగల రెండు సముద్రాలు ఏవి?

అవి ఎందుకు ఎంతో భిన్నమైనవి?

మీరు దేనిలా వుండాలని కోరుకుంటున్నారు?

ప్రేమ

గొర్రెల కాపరి చేసే మూడు పనులు ఏమిటి?

ఇతరులకి బోధించే అత్యంత ముఖ్యమైన ఆజ్ఞ ఏమిటి?

ప్రేమ ఎక్కడి నుంచి వస్తుంది?

నిరాడంబర ఆరాధన అంటే ఏమిటి?

మనకి నిరాడంబర ఆరాధన ఎందుకు వుంది?

నిరాడంబర ఆరాధన నిర్వహించడానికి ఎంత మంది అవసరం అవుతారు?

ప్రార్థన

దేవదూత చేసే మూడు పనులు ఏమిటి?

మనం ఎలా ప్రార్థించాలి?

దేముడు మనకి ఎలా జవాబు చెబుతారు?

దేవుని ఫోన్ నెంబర్ ఏమిటి?

విధేయత

ఒక సేవకుడు చేసే మూడు పనులేమిటి?

అత్యున్నత అధికారం ఎవరిది?

ప్రతి విశ్వాసికి యేసు ఇచ్చిన నాలుగు ఆజ్ఞలేమిటి?

యేసుకు మనం ఏ విధంగా విధేయత చూపాలి?

ప్రతి విశ్వాసికి యేసు చేసిన వాగ్ధానం ఏమిటి?

నడక

కుమారుడు చేసే మూడు పనులేమిటి?

యేసు పరిచర్యలో మూలమైన శక్తి ఏది?

శిలువ ఎక్కడానికి ముందు పరిశుద్ధాత్మ గురించి విశ్వాసులకు యేసు ఏమని వాగ్దానం చేశారు?

తన పునరుద్ధానం తర్వాత పరిశుద్ధాత్మ గురించి విశ్వాసులకు యేసు ఏమని ప్రమాణం చేశారు?

పరిశుద్ధాత్మకోసం అనుసరించాల్సిన నాలుగు ఆజ్ఞలు ఏవి?

వాళ్ళు

అన్వేషకుడు చేసే మూడు పనులేమిటి?

ఎక్కడ పరిచర్య చేయాలో యేసు ఎలా నిర్ణయించుకున్నారు?

ఎక్కడ పరిచర్య చేయాలో మనం ఎలా నిర్ణయించుకోవాలి?

దేవుడు పనిచేస్తున్నట్టయితే మనం ఎలా తెలుసుకోవాలి?

యేసు ఎక్కడ పనిచేస్తారు?

యేసు పనిచేసే మరో ప్రదేశం ఏమిటి?

పంచు

ఒక సైనికులు చేసే మూడు విషయాలు ఏమిటి?

మనం సైతాన్ ను ఎలా ఓడించగలం?

శక్తివంతమైన సాక్ష్యం సారాంశం ఏమిటి?

పాటించాల్సిన ముఖ్యమైన కొన్ని మార్గదర్శకాలు ఏమిటి?

విత్తు

విత్తేవాడు చేసే మూడు పనులు ఏమిటి?

మనం పంచుకునే సాధారణ సువార్త ఏమిటి?

అధ్యయనం

యేసు తనశిష్యులకి ప్రతిరోజూ ఏమి చేయమని చెప్పాను?

--లూకా 9:23-- ఆ తర్వాత వాళ్ళతో ఈ విధంగా అన్నాడు: “నా వెంట రావాలనుకొన్నవాడు తన కోరికల్ని చంపుకొని, తన సిలువను ప్రతిరోజు మోసుకొంటూ నన్ను అనుసరించాలి”

మన శిలువను స్వీకరించమని మనను పిలిచే నాలుగు గొంతులు ఏవి?

--మార్క్ 16:15 -- యేసు వాళ్ళతో, "ప్రపంచమంతా పర్యటన చేసి ప్రజలందరికి సువార్త ప్రకటించండి." అనాను (NLT)

1. ______________________________

✋ ఆకాశంవైపు వేలిని చూపండి

--లూకా 16:27-28-- "ఆ ధనికుడు అలాగైతే 'తండ్రి! లాజరును మా తండ్రి ఇంటికి పంపు. అక్కడ నా ఐదుగురు సోదరులున్నారు. వాళ్ళు యిక్కడకు వచ్చి హింసలు అనుభవించకుండా ఉండేటట్లు వాళ్ళకు బోధించుమని చెప్పు' అని అన్నాడు.

2. ______________________________

✋మీ వేలిని కిందికి దించి భూమివైపు చూపించండి.

-- 1 కొరింథీయులకు 9:16 -- కాని నేను సువార్త ప్రకటిస్తున్నందుకు గొప్పలు చెప్పుకోలేను. సువార్త బోధించటం నా కర్తవ్యం. నేను సువార్త బోధించటం ఆపేస్తే నాకు శాపం కలుగుగాక!

3. ______________________________

✋మీ గుండెవైపు వేలిని చూపించండి.

--అపొస్తలుల కార్యములు 16:9 -- మాసిదోనియ ప్రాంతం వాడొకడు, "మాసిదోనియకు వచ్చి మమ్మల్ని రక్షించండి" అని వేడుకొన్నట్లు ఆ రాత్రి పౌలుకు ఒక దర్శనం కలిగింది. (NLT)

4. ______________________________

బృందంవైపు చేతిని మూసి, "ఇక్కడికి రండి" అని తెలిపేలా కదల్చండి.

కార్యాలు 29 మ్యాపులు

మరింత అధ్యయనం

ఇందులో వ్రాసిన అంశాలకు సంబంధించి మరింత లోతైన చర్చకోసం ఈక్రింది వనరులని ఉపయోగించవచ్చు. కొత్త ప్రాంతాల్లో పరిచర్య పనులు చేపట్టే క్రమంలో బైబిల్ తరవాత, తొలిసారి ఆయా భాషల్లోకి అనువదించాల్సిన కొత్త పుస్తకాల జాబితాల్లో ఇవి కూడా మంచి పుస్తకాలు.

బిల్‌హిమెర్, పాల్ (1975). డెస్టైన్డ్ ఫర్ థ్రోన్, క్రిస్టియన్ లిటరేచర్ క్రూసేడ్

బ్లాకబి, హెన్రీ టి. కింగ్, క్లాడె V (1990), ఎక్స్‌పీరియన్సింగ్ గాడ్:నోయింగ్ అండ్ డూయింగ్ ద విల్ ఆఫ్ గాడ్. లైఫ్ వే ప్రెస్.

బ్రైట్, బిల్ (1971). హౌ టు బి ఫిల్డ్ విత్ ద హోలీ స్పిరిట్. క్యాంపస్ క్రూసేడ్ ఫర్ క్రైస్ట్.

కార్ల్‌టన్, ఆర్. బ్రూస్, (2003). ఆక్ట్స్ 19: ప్రాక్టికల్ ట్రెయినింగ్ ఇన్ ఫెసిలిటేటింగ్ చర్చ్-ప్లాంటింగ్ మూవ్‌మెంట్స్ అమాంగ్ ద నెగ్లెక్టెడ్ హార్వెస్ట్ ఫీల్డ్స్. కైరోస్ ప్రెస్.

చెన్, జెన్. ట్రెయినింగ్ ఫర్ ట్రెయినర్స్ (టి4టి), అముద్రితం, తేదీ లేదు.

గ్రాహం, బిల్లీ (1978). ది హోలీ స్పిరిట్: ఆక్టివేటింగ్ గాడ్స్ పరవర్ ఇన్ యువర్ లైఫ్, డబ్ల్యు పబ్లిషింగ్ గ్రూప్.

హోడ్జెస్, హెర్బ్ (2001). టాలీ హో ది ఫాక్స్! ది ఫౌండేషన్ ఫర్ బిల్డింగ్ వరల్డ్-విజనరీ, వరల్డ్ ఇంపాక్టింగ్, రిప్రోడ్యూసింగ్ డిసైపుల్స్. స్పిరిట్యువల్ లైఫ్ మినిస్టర్స్.

హైబెల్స్, బిల్ (1988). టూ బిజీ నాట్ టు ప్రే. ఇంటర్ వర్సిటీ ప్రెస్.

ముర్రే, ఆండ్రూ (2007). విత్ క్రైస్ట్ ఇన్ ది స్కూల్ ఆఫ్ ప్రేయర్. డిగ్గొరీ ప్రెస్.

ఆగ్డెన్,గ్రెగ్(2003).ట్రాన్స్ఫార్మింగ్డిసైపుల్షిప్: మేకింగ్ డిసైపుల్స్ ఎ ఫ్యూ ఎట్ ఎ టైమ్. ఇంటర్ వర్సిటీ ప్రెస్.

పేకర్, జె.ఐ (1993). నోయింగ్ గాడ్. ఇంటర్ వర్సిటీ ప్రెస్.

పాటర్సన్, జార్జి అండ్ స్కాగ్గిన్స్, రిచర్డ్ (1994). చర్చ్ మల్టిప్లికేషన్ గైడ్. విలియమ్ కారే లైబ్రరీ.

పైపర్, జాన్ (2006). వాట్ జీసాస్ డిమాండ్స్ ఫ్రం ది వరల్డ్. క్రాస్ వే బుక్స్.

శిక్షకులకు శిక్షణ

శిక్షకులకు తిరిగి వారు చేయగలిగే మార్గంలో ఎలా శిక్షణనివ్వాలనేది ఈ విభాగం వివరంగా చెబుతుంది. మొదట, అభ్యుదయ శిష్యులకు శిక్షణ ద్వారా ఇతరులకు శిక్షణనిచ్చిన తర్వాత మీరు సహేతుకంగా ఆశించదగిన ప్రతిఫలమేమిటో మీతో మేము చెబుతాము. ఆ తర్వాత, శిక్షణ ప్రక్రియ తీరుతెన్నులను మీకోసం వివరించాలి, ఇది అత్యంత ముఖ్యమైన ఆజ్ఞ పై ఆధారపడి 1) ఆరాధన, 2) ప్రార్థన, 3) అధ్యయనం, 4) అభ్యాసంతో కూడి వుంటుంది. చివరిగా, వేలాదిమంది శిక్షకులకు శిక్షణనిచ్చేటప్పుడు, శిక్షకుల శిక్షణలో మనం కనుగొన్న కీలకమైన సూత్రాలు కొన్నిటిని మనం పంచుకోవాలి.

ఫలితాలు

అభ్యుదయ శిష్యులకు శిక్షణ పూర్తయ్యాక, అభ్యాసకులు ఇవి చేయగలుగుతారు:

- క్రీస్తు నుంచి ఇతరులకు అనేదాని ఆధారంగా పది ప్రాథమిక శిష్యరిక పాఠాలను, పునరుత్పాదకమైన ఒక శిక్షణ ప్రక్రియను ఉపయోగించి బోధించగలుగుతారు.

- యేసును అనుసరించే ఒక వ్యక్తిని కళ్ళకుకట్టే ఎనిమిది స్పష్టమైన చిత్రాలను గుర్తుచేసుకోగలుగుతారు.

- అతి ముఖ్యమైన ఆజ్ఞ ఆధారంగా సరళమైన, చిన్న-బృందం ఆరాధనను నడపగలుగుతారు.

- ఆత్మవిశ్వాసంతో ఒక శక్తివంతమైన సాక్ష్యాన్ని, సువార్త వివరణను పంచుకోగలుగుతారు.

- కార్యముల 29 మ్యాప్ ని ఉపయోగించి కోల్పోయిన, శిక్షణ పొందిన విశ్వాసులను చేరేందుకు ఒక పటిష్టమైన దృష్టిని అందించగలుగుతారు.

- ఒక శిష్యుల బృందాన్ని ప్రారంభించి (వీటిలో కొన్ని చర్చిలుగా మార్పుచెందుతాయి), ఇదే విధంగా చేసేలా ఇతరులకు శిక్షణ నివ్వగలుగుతారు.

ప్రక్రియ

ప్రతి తరగతి ఒక నమూనాను అనుసరిస్తుంది. ఆ క్రమాన్ని, అంచనా వేసిన కాలనిర్ణయ పట్టికను ఈ క్రింది జాబితాగా ఇవ్వడం జరిగింది:

స్తోత్రం

- 10 నిమిషాలు -- తరగతిని ప్రారంభించాలని ఒకరిని అడగాలి. దేవుని దీవెనకోసం ప్రార్థించాలి. బృందంలో ప్రతి ఒక్కరికి ఆదేశాలు ఇవ్వాలి. కొన్ని బృందగీతాలను లేదా పద్యాలు (మీరు తీసుకున్న అంశంపై ఆధారపడి), వాయిద్యాల ఆప్షన్ తో, పాడేందుకు నాయకత్వం తీసుకునే బాధ్యతను బృందంలోని ఒకరికి అప్పగించాలి.

ప్రార్థన

- 10 నిమిషాలు -- గతంలో భాగస్వామికాని వేరొకరితో కలిపి అభ్యాసకులను జోడీలుగా విభజించాలి. భాగస్వాములు రెండు ప్రశ్నలకు సమాధానాలను ఒకరికి ఒకరు ఇచ్చుకోవాలి:

    1. మీకు తెలిసి రక్షించాల్సిన వుండిన, పోగొట్టుకున్న వ్యక్తులకోసం మనం ఎలా ప్రార్థించాలి?

    2. మీరు శిక్షణలో వున్న బృందంకోసం మనం ఎలా ప్రార్థించాలి?

- మీ అభ్యాసకుడు ఒక బృందాన్ని ప్రారంభించకుంటే, శిక్షణనివ్వగలిగే అవకాశంగల స్నేహితులు, కుటుంబపు

జాబితాను వారితో కలిసి భాగస్వామి అభివృద్ధి చేయాలి. తర్వాత తమ జాబితాలోని వ్యక్తులకోసం అభ్యాసకునితో కలిసి ప్రార్థన చేయాలి.

అధ్యయనం

యేసు అనుసరించే శిక్షణ విధానం ఈ క్రింది ప్రక్రియను వినియోగిస్తుంది: కీర్తన, ప్రార్థన, అధ్యయనం, అభ్యాసం. ఈ ప్రక్రియ పేజీ 33లో ప్రారంభమై వివరించిన నిరాడంబర ఆరాధన నమూనాపై ఆధారపడి వుంటుంది. ఎఫ్‌జెటి (FJT) చిన్నపుస్తకంలోని పది పాఠాలకోసం, 'అధ్యయన' తరగతిని ఈ క్రింద వివరించడం జరిగింది.

- 30 నిమిషాలు -- ప్రతి అధ్యయన తరగతి “సమీక్ష”తో ప్రారంభమవుతుంది. ఇది యేసుకు చెందిన ఎనిమిది చిత్రాలు, అప్పటివరకూ నేర్చుకున్న పాఠాల్లో నైపుణ్యాలపై ఒక సమీక్ష. శిక్షణ ముగిసేసరికి, మొత్తం శిక్షణను తమ జ్ఞాపకం నుంచి అభ్యాసకులు తిరిగి వల్లించగలుగుతారు.

- “సమీక్ష” తర్వాత, శిక్షకుడు లేదా శిక్షణలోవున్న వ్యక్తి అభ్యాసకులకు ప్రస్తుత పాఠంతో శిక్షణనిచ్చి, వారు ఆ తర్వాత ఒకరికొకరు శిక్షణనివ్వాలి కనుక అభ్యాసకులు జాగ్రత్తగా వినాలని గట్టిగా చెప్పాలి.

- శిక్షకులు పాఠాన్ని చెప్పినప్పుడు వారు ఈ క్రమాన్ని ఉపయోగించాలి:

    1. ప్రశ్న అడగాలి.

    2. గ్రంథాన్ని చదవాలి.

    3. ప్రశ్నకు సమాధానమిచ్చేలా అభ్యాసకులను ప్రోత్సహించాలి.

    అధ్యాపకుని మాటను కాకుండా, జీవితానికి దేవుని మాటే ఆధిపత్యంగా ఈ ప్రక్రియ స్థిరపరుస్తుంది. తరచుగా, అధ్యాపకులు ఒక ప్రశ్న అడిగి, జవాబిచ్చి, ఆ

తర్వాత వారి సమాధానానికి మద్దతుగా పవిత్ర గ్రంథ వాక్యాలని ఉల్లేఖిస్తారు. ఈ క్రమం దేవుని వాక్యాన్ని కాకుండా బోధకులనే ఆధిపత్యంలో నిలబెడుతుంది.

- నేర్చుకునేవారు జవాబును తప్పు చెప్పినట్టయితే, వారిని సరిచేయవద్దు. పాల్గొనేవారిని గ్రంథంలోని పంక్తిని గట్టిగా చదవమని కోరి, మళ్ళీ జవాబు చెప్పమనాలి.

- ప్రతి పాఠం ఒక జ్ఞాపక వాక్యంతో ముగుస్తుంది. శిక్షకులు, అభ్యాసకులు కలిసి నిలబడి, జ్ఞాపకవాక్యాన్ని పదిసార్లు చెప్పాలి; మొదట వాక్యాన్ని చదివి, వాక్యంతో కొనసాగించాలని చెప్పాలి. వారు జ్ఞాపకవాక్యం చదివేటప్పుడు నేర్చుకునేవారు తమ బైబిళ్ళను లేదా విద్యార్థి గైడ్లను మొదటి ఆరుసార్లు ఉపయోగించవచ్చు. చివరి నాలుగుసార్లు మాత్రం, తమ హృదయాల్లోంచి జ్ఞాపకవాక్యాన్ని బృందాలు చెప్పాలి. మొత్తం బృందమంతా జ్ఞాపకవాక్యాన్ని పదిసార్లు చెప్పి, ఆ తర్వాత కూర్చోవాలి.

అభ్యాసం

- 30 నిమిషాలు -- మొదట, “ప్రార్థన” విభాగంకోసం అభ్యాసకులను శిక్షకులు విభజించాలి. వారి ప్రార్థనా భాగస్వామే అభ్యాస భాగస్వామి కూడా.

- జోడీలో ఎవరు “నాయకుడు” కానున్నారో ఎంచుకునే ఒక పద్ధతి ప్రతి పాఠంలో వుంటుంది. నాయకుడు మొదట బోధించే వ్యక్తి. బృందంలోని జోడీలోంచి నాయకుడిని ఎంచుకునే పద్ధతిని శిక్షకుడు ప్రకటించాలి.

- శిక్షకులను అనుసరిస్తూ, నాయకుడు తన భాగస్వామికి శిక్షణనివ్వాలి. శిక్షణ సమయంలో సమీక్ష, కొత్తపాఠం కలిసివుండాలి. జ్ఞాపకపద్యంతో పూర్తికావాలి. “జ్ఞాపకవాక్యం” చెప్పేందుకు అభ్యాసకులు నిలబడాలి. అది పూర్తయ్యాక కూర్చోవాలి. దీనివల్ల ఏ అభ్యాసకులు పూర్తిచేశారో శిక్షకులు చూడగలరు.

- జోడీలో మొదటి వ్యక్తి పూర్తిచేసినప్పుడు, రెండో వ్యక్తి ఈ ప్రక్రియను తిరిగి చేయాలి, దీనివల్ల వారు అభ్యాస శిక్షణను బాగా చేయగలరు. ప్రక్రియను జోడీలు దాటవేయడంకాని, అడ్డదారులు తీసుకోవడంకాని చేయకుండా చూడాలి.

- వారు అభ్యాసం చేసేటప్పుడు మిమ్మల్ని వారు ఖచ్చితంగా అనుసరించేలా చేసేందుకు గది చుట్టూ నడవాలి. చేతి కదలికలను చేయడంలో వారు విఫలమవడం ఒక దారుణ వైఫల్యం, వారు మిమ్మల్ని అనుకరించకపోవడం. మీ శైలిని వారు అనుకరించాల్సిందిగా పదేపదే గట్టిగా చెప్పాలి.

- వారు ఒక కొత్త భాగస్వామిని కనుగొని, మళ్ళీ వంతులవారీగా అభ్యాసం చేసేలా చూడాలి.

ముగింపు

- 20 నిమిషాలు -- చాలా తరగతులు ఒక ఆచరణీయమైన కార్యక్రమ అభ్యాస చర్యతో పూర్తవుతాయి. వారి కార్యముల 20 మ్యాప్ లతో పనిచేసేందుకు అభ్యాసకులకు ఎక్కువ సమయమివ్వాలి, చుట్టూ తిరిగేలా, తమ పనిలో ఇతరులనుంచి ఉపాయాలను తీసుకునేలా వారిని ప్రోత్సహించాలి.

- ఏవైనా అవసరమైన ప్రకటనలు చేయాలి. ఆ తర్వాత తరగతిపై ఒక దీవెనకోసం ప్రార్థించాల్సిందిగా ఎవరినా అడగాలి. అంతకుముందు ప్రార్థన చేయని వారిని ప్రార్థించాలని అడగాలి- శిక్షణ చివరికల్లా, ప్రతిఒక్కరూ కనీసం ఒక్కసారైనా ప్రార్థనచేసి ఉండాలి.

నిరాడంబర ఆరాధన

యేసును అనుసరించే శిక్షణలో నిరాడంబర ఆరాధన ఒక ముఖ్యమైన అంశం- శిష్యులను తయారుచేయడానికి కావలసిన కీలకమైన నైపుణ్యాల్లో ఒకటి. అతి గొప్పదైన ఆజ్ఞపై ఆధారపడి, పూర్తిగా తమ హృదయంతో, పూర్తిగా తమ ఆత్మతో, పూర్తిగా తమ బుద్ధితో, తమ పూర్తి శక్తితో దేవుని ప్రేమించేందుకు ఆజ్ఞకు ఎలా లోబడి వుండాలనేది ప్రజలకు నిరాడంబరమైన ఆరాధన బోధిస్తుంది.

ఆగ్నేయాసియా అంతటా – ఇళ్ళలో, రెస్టారెంట్లలో, పార్కులలో, ఆదివారం బడిలో, చివరికి పగోడాలో- ఇలా తాము ఎక్కడైనా నిరాడంబరమైన ఆరాధనను కలిగివున్న చిన్న బృందాలను దేవుడు ఆశీర్వదించాడు!

ప్రక్రియ

- నలుగురు చొప్పున బృందాలను విభజించాలి.
- ప్రతి వ్యక్తి నిరాడంబర ఆరాధనలో ఒక భాగాన్ని నిర్వహించాలి.
- నిరాడంబరమైన ఆరాధనను మీరు అభ్యాసం చేస్తున్న ప్రతిసారి, తాము నిరాడంబరమైన ఆరాధనలో ఏ భాగాన్ని నడిపిస్తున్నారో దానిలో అభ్యాసకులు మారుతూండాలి, దీనివల్ల శిక్షణ పూర్తయ్యే సమయానికి ప్రతి భాగాన్ని వారు కనీసం రెండుసార్లు చేయగలుగుతారు.

స్తోత్రం

- పాడడంలో ఒక వ్యక్తి రెండు కీర్తనలు లేదా పద్యాలతో బృందానికి నాయకత్వం వహించాలి (మీ అంశంపై ఆధారపడి).

- పరికరాలు అవసరంలేదు.

- శిక్షణ తరగతిలో, తాము ఒక కేఫ్ టేబుల్ వద్ద కలిసి కూర్చున్న మాదిరిగా తమ కుర్చీలను పేర్చుకోవాలని అభ్యాసకులను అడగండి.

- ప్రతి బృందం వేర్వేరు పాటలను పాడాలి, అది మంచిది.

- ఒక బృందంగా తమ పూర్తి హృదయంతో దేవుని కీర్తించేందుకు ఇదే సమయమని బృందానికి వివరించండి, ఏ బృందం బిగ్గరగా పాడుతోందనేది చూడవద్దు.

ప్రార్థన

- మరో వ్యక్తి (స్త్రోత్రమునకు నాయకత్వం వహిస్తున్న వ్యక్తికాకుండా వేరొకరు) ప్రార్థనా సమయంలో బృందాన్ని నడిపించాలి.

- ఒక ప్రార్థనా విజ్ఞాపనకోసం బృందంలోని ప్రతి సభ్యుడిని ప్రార్థనా నాయకుడు అడిగి, దాన్ని రాసుకోవాలి.

- మళ్ళీ బృందం సమావేశమయ్యేవరకూ ఈ అంశాల ప్రార్థనకే ప్రార్థనా నాయకుడు కట్టుబడివుండాలి.

- ప్రతి వ్యక్తి తన ప్రార్థనా విజ్ఞాపనను పంచుకున్నాక, బృందంకోసం ప్రార్థనా నాయకుడు ప్రార్థించాలి.

అధ్యయనం

- నలుగురితో కూడిన బృందంలోని మరో వ్యక్తి బృంద అధ్యయన సమయాన్ని నడిపించాలి.

- అధ్యయన నాయకులు బైబిల్ నుంచి ఒక కథను అతని లేదా ఆమె సొంత మాటల్లో చెప్పాలి; కనీసం ప్రారంభంలోనైనా, సువార్తలనుంచి కథలు తీసుకోవాలని మేము సూచిస్తున్నాం.

- బృందంపై ఆధారపడి, మొదట బైబిల్ కథ చదవాలని, ఆ తర్వాత వాటిని తమ సొంత మాటల్లో చెప్పాలని అధ్యయన నాయకులను మీరు కోరవచ్చు.

- బైబిల్ కథను అధ్యయన నాయకుడు చెప్పిన తర్వాత, వారు తమ బృందాన్ని మూడు ప్రశ్నలు అడగాలి:

    1. దేవుని గురించి ఈ కథ మనకు బోధించినదేమిటి?

    2. ప్రజల గురించి ఈ కథ మనకు బోధించినదేమిటి?

    3. యేసును అనుసరించేందుకు సహాయపడగలిగేలా ఈ కథలో మీరు నేర్చుకున్నదేమిటి?

- ప్రతి ప్రశ్నను బృందం కలిసి చర్చించాలి, చర్చ తగ్గుముఖం పట్టిందని అధ్యయన నాయకుడు భావించాక; నాయకుడు తదుపరి ప్రశ్నకు వెళ్లాలి.

సాధన

- నలుగురుమున్న బృందంలోని మరో వ్యక్తి అభ్యాస సమయంలో బృందాన్ని నడిపించాలి.

- పాఠాన్ని బృందం మళ్ళీ సమీక్షించేందుకు అభ్యాస నాయకుడు సహాయపడి, ప్రతి ఒక్కరూ పాఠాన్ని అర్థం చేసుకునేలా, దాన్ని ఇతరులకు బోధించగలిగేలా చూడాలి.

- అభ్యాస నాయకుడు చెప్పిన బైబిల్ కథనే అధ్యయన నాయకుడు చెప్పాలి.

- అధ్యయన నాయకుడు అడిగిన ప్రశ్నలనే అభ్యాస నాయకుడు అడగాలి, ప్రతి ప్రశ్ననూ మళ్ళీ బృందం చర్చించాలి.

ముగింపు

- మరో కీర్తనను పాడడం లేదా దేవుని ప్రార్థనను కలిసి చెప్పడంద్వారా ఆరాధనా సమయాన్ని నిరాడంబరమైన ఆరాధనా బృందం ముగించాలి.

www.ingramcontent.com/pod-product-compliance
Lightning Source LLC
Chambersburg PA
CBHW060652030426
42337CB00017B/2577
* 9 7 8 1 9 3 8 9 2 0 3 7 0 *